साहेब

दिलीपराज प्रकाशन प्रा. लि.™
२५१ क, शनिवार पेठ, पुणे - ४११०३०
दिलीपराज प्रकाशनाची सर्व पुस्तके आता आपण Online खरेदी करू शकता.
आमच्या Website ला कृपया अवश्य भेट द्या.
www.diliprajprakashan.in
दूरध्वनी क्रमांक (फॅक्ससहित) - २४४७१७२३, २४४८३९९५, २४४९५३१४
Email : - diliprajprakashan@yahoo.in

होस्टेलचे जीवन, पालकांची कुचंबणा, संस्थाचालकांचा आटापिटा या सर्वांवर प्रकाशझोत टाकणारी विद्यार्थी, पालक, प्राचार्य व संस्थाचालक यांना विचार करायला लावणारी एक सत्य अनुभवावर आधारित कादंबरी.

साहेब

(कादंबरी)

डॉ. तानाजीराव चोरगे

दिलीपराज प्रकाशन प्रा. लि.™
२५१ क, शनिवार पेठ, पुणे - ४११०३०

साहेब / Saheb

ISBN - 978-93-5117-117-1

प्रकाशक : राजीव दत्तात्रय बर्वे
मॅनेजिंग डायरेक्टर,
दिलीपराज प्रकाशन प्रा. लि.
२५१क, शनिवार पेठ, पुणे ४११०३०.
दूरध्वनी क्रमांक : २४४७१७२३, २४४८३९९५,
२४४९५३१४ (सर्व फॅक्ससहित)

मु. पो. निवळी, ता. चिपळूण,
जि. रत्नागिरी.

प्रथमावृत्ती : १५ जानेवारी २०१६

प्रकाशन क्रमांक : २२६८

टाईपसेटिंग : सौ. मधुमिता राजीव बर्वे
पितृछाया मुद्रणालय, ९०९ रविवार पेठ,
पुणे ४११००२.

मुद्रितशोधन : असित बडवे

मुखपृष्ठ : शिरीष घाटे

रेक्टर म्हणून ज्यांनी गेली पंधरा वर्षे माझ्या संस्थेत सतत दिवसरात्र काम केले. रात्री-अपरात्री विद्यार्थ्यांसाठी धावून गेले, प्रसंगी मनस्ताप व अपमान सहन केला; पण कोणत्याही गोष्टीला न डगमगता ज्यांनी होस्टेलचे काम इमाने-इतबारे पाहिले... ही कादंबरीच ज्यांच्यामुळे सुचली ते प्राचार्य सचिन तांबेकर यांना हे पुस्तक अर्पण.

डॉ. तानाजीराव चोरगे

मनोगत

महाविद्यालयातील 'होस्टेल' हे प्रत्येक विद्यार्थ्याच्या आकर्षणाचे आणि आयुष्याचे महत्त्वाचे क्षण विलक्षण वाटावेत असे ठिकाण— जिथून आयुष्य घडवायचं वा बिघडवायचं, असं एक केंद्रच म्हणावे लागेल. अनेक प्रकारच्या प्रवृत्तींचे, अनेक वृत्तींचे विद्यार्थी शिक्षणासाठी येतात. प्रत्येकाची वागण्याची तऱ्हाच वेगळी असते. भाषा वेगळी असते. संस्कार वेगळे असतात. या सर्वांना सांभाळणारे संस्थापक, प्राचार्य व रेक्टर, प्राध्यापक यांची सर्व ताकद पणाला लागते. विद्यार्थ्यांचे सर्व प्रश्न सोडविण्यात या लोकांचा बराच वेळ जातो. विद्यार्थी, त्यांचे प्रश्न, त्यांची भांडणे, त्यांच्या वेगवेगळ्या तक्रारी हे सातत्याने पाहावे लागते.

होस्टेलवरील मुले-मुली यांचे अनेक किस्सेसुद्धा मी माझ्या जीवनात अनुभवले आहेत. मी स्वत: होस्टेलवर राहून याचा अनुभव घेतला आहे. विद्यार्थी होस्टेलजीवन म्हणजे आयुष्यात मिळालेले एक चांगले वरदान असते. अनेक गावांतून, देशाच्या विविध भागांतून विद्यार्थी येतात, दोस्ती होते. कधी कधी दुष्मनी होते. त्यातून घडणारे रामायण, त्यातून घडणारे महाभारत पाहायला मिळते. कधी सुखी व आनंदमयी वातावरण— ते कधी संपूच नये, असे हे होस्टेलचे दिवस असतात. तर कधी एकदा संपते हे शिक्षण, असेही क्षण जीवनात येतात. त्या सर्वांचे दर्शन घडत असते या होस्टेलजीवनात.

ही कादंबरी लिहिताना 'रेक्टर' हाच मुख्य नायक आहे. पण 'रेक्टर'च्या शिवाय संस्थाचालक हेही तितकेच महत्त्वाचे आहेत. कारण आजकाल संस्थाचालक होस्टेलकडे तितकेसे लक्ष देत नाहीत. पण या कादंबरीत संस्थापक म्हणजे 'साहेब' यांचे व्यक्तिमत्त्व हे संस्थापक कसे असावेत याचे उत्कृष्ट उदाहरण आहे.

प्राचार्य हा महाविद्यालयाचा अविभाज्य घटक आहे. काही प्राचार्य महाविद्यालयाच्या सर्व बाबींत लक्ष देतात, काही देत नाहीत. आपली जबाबदारी नाही, असं समजतात. टाळाटाळ करतात. काही पगाराइतकेच

राबतात. काही तेवढेही करत नाहीत. हे मी स्वत: पाहिले आहे.

महाविद्यालयात जाणे व होस्टेलमध्ये राहणे हा खरे तर अत्यंत महत्त्वाचा योग जीवनात येतो. त्यांचा कोणी चांगला, तर कुणी दुरुपयोग करत असतो. या दोन ठिकाणी आपले भविष्य ठरते आणि घडते. हे प्रत्येक विद्यार्थ्यावर अवलंबून आहे.

आजकालचे पालक आपल्या मुलाला अत्यंत काळजीपूर्वक जपताना दिसतात. त्याचेही प्रतिबिंब या कादंबरीत दिसेल.

एकूणच ही कादंबरी लिहीत असताना अनेक प्रसंग, अनुभव, प्रत्यक्ष झालेल्या कारवाया यात देण्याचा प्रयत्न केला आहे. सर्वच लिहिण्यासारख्या नसतात, पण जास्तीत जास्त लिहिण्याचा प्रयत्न केला आहे.

ही कादंबरी लिहीत असताना रेक्टर, प्राचार्य सचिन तांबेकर यांची खूप मदत झाली. तसेच प्राचार्य डॉ. सलील मोडक, डॉ. संकेत कदम, श्री. अशोक सावंत यांची ही मदत झाली.

माझी पत्नी सौ. अंजली चोरगे हिची तर मला सदैव मदत व प्रोत्साहन असतेच. ही कादंबरी श्री. प्रफुल्ल सुर्वे यांनी प्रयत्नपूर्वक टाईप करून त्याची सीडी व प्रिंट काढून प्रकाशकाकडे पाठवली.

हे करत असताना मा. राजीवजी बर्वे व सौ. बर्वे वहिनी यांना विसरून चालणार नाही, कारण त्यांच्यामुळेच माझे लिखाण जगासमोर येते.

सर्वांचे आभार.

धन्यवाद.

डॉ. तानाजीराव चोरगे

साहेब

रात्रभर मला झोप येत नव्हती. या कुशीवरून त्या कुशीवर होत होतो. तसं कारणच झालं होतं. बाबांचं व माझं भांडण झालं होतं. रात्री जरा उशिरा आलो; जेवायला बसलो आणि बाबा आत आले.

"काय हो, कुठून उंडगून आलात गिळायला?"

मी काही बोललो नाही. खाली मान घालून जेवत होतो.

"अहो दिवटे, तुम्हालाच विचारतोय?"

हातातला घास तसाच धरून कसंतरी धाडस करून बोललो,

"मंडळात गेलो होतो."

"कशाला, भिका मागायला? आरं, नोकरी बघायची सोडून हे असले उंडगायचं धंदं कशाला करतोस?"

"नोकरी मिळत नाही त्याला मी काय करू?"

"आरं, जगातल्या पोरांना मिळते आन् तुला मिळत नाही म्हणजे काय? आणि गावात बसून फिरून आणि नको ते धंदे करून नोकरी मिळते काय रे?"

"अवो तो दोनदा आला कोल्हापुराहून नोकरीसाठी. एवढा मोठा शिकलाय."

आईचे बोलणे तोडत बाबा एकदम ओरडलेच,

"मग माझ्यावर उपकार केले की तुझ्यावर?"

"तसं नाही, मिळंल आज ना उद्या, उगीच जेवताना नका वाईट वंगाळ बोलू."

"वाईट वंगाळ यात काय बोललो? अगं शिकवायला काय कमी पैसे लागलेत? काय काय केलंय मलाच माहीत."

"मला बी माहीत हाय की, पर आता त्याच्या नशिबातच नोकरी नाही

म्हटल्यावर..........''

''नशीब-नशीब करून नोकरी मिळते काय? भीकपण कोण देत नाही. हात पाय हालवायला लागतात.''

मी जेवणावरून उठलो आणि माडीवर गेलो. अंथरूण टाकलं आणि पडलो. झोप येत नव्हतीच.

बाबांचं खरं होतं. मी काय घरात एकटा नव्हतो, चार भाऊ, दोन बहिणी शेतकरी कुटुंब. शेतीवर किती करायचं? पण बाबा करत होते. सर्वांचं शिक्षण, औषधपाणी त्यातच एका बहिणीचं लग्न केलं. कर्जबाजारी झालेल्या बाबांचे असंच होणार, ते असे बोलणारच.

त्यांना वाटतं आपला मुलगा एवढा शिकला त्याला नोकरी मिळावी, चार पैसे हातात येतील. कर्ज फिटेल. अजून पोरं शिकायची आहेत. पण मी तरी काय करू? अर्ज केले. मुलाखती दिल्या पण नाही, कुठंच काय ठिकाणा मिळेना.

पूर्ण रात्र तळमळत काढली. सकाळी उठलो. एका बॅगेत कपडे भरले. खाली आलो. आईनं चहा दिला. नदीवर गेलो. आंघोळ केली. देवळात आलो देवाच्या पाया पडलो. 'देवा माझा अंत बघू नको. दोन वर्षे झाली मी पास होऊन. तू काय तरी चमत्कार कर.' घरी आलो. आईनं भाकरी-भाजी दिली. ती खाल्ली. वर जाऊन बॅग घेऊन खाली आलो आणि पोष्टमन दारात.

''काय पोष्टमास्तर!''

''शिवाजी, पत्र हाय तुझं हे घे.''

''माझं पत्र?''

आश्चर्यानं मी पत्र हातात घेतलं, नाव वाचलं.

''शिवाजी गोपाळ जाधव.''

मला खूप आनंद झाला. कोणाचं पत्र असेल. पत्र म्हणजे लिफाफा खाकी. खाली कोपऱ्यात शिक्का होता शिक्षण संस्थेचा; पण कळत नव्हतं. पत्र मी घाईघाईत वाचलं आणि ओरडलोच,

''आई आई''

''आरं काय झालं?''

''मला कॉल आलाय.''

''काय आलाय?''

''कॉल!''

"म्हणजे?"

"अग नोकरीसाठी मुलाखतीला बोलावलं."

"आरं बाळा, कैक वेळा असा गेलास पर...."

"होय खरं आहे तुझं."

मी नाराज झालो.

"नाराज होऊ नगं बाळा, होईल या वेळी काम."

आईच्या पाया पडलो. आशीर्वाद घेतला आणि मी बाबांना न भेटता कोल्हापूर गाठलं. कारण दुसऱ्या दिवशी कोकणात मुलाखतीला जायचं होतं. कोल्हापुरात आलो ते थेट मित्राच्या खोलीवर.

"अरे शिवाजी, का रे?"

"काही नाही सांगतो, पण आत येऊ की नको?"

"ये रे, ये ये बैस, बोल."

"मला नोकरीचा कॉल आलाय"

"कुठला?"

"कोकणातला."

"म्हणजे?"

"कोकणातल्या शिक्षण संस्थेचा."

"अरे तू एम्. ए. इतिहास बी.एड झालास, तुला इथं कुठेही नोकरी मिळेल. कशाला जातोस एवढ्या लांब?"

"नाही मी निर्णय घेतलाय मी जाणारचं."

"बरं बाबा जा."

"अरे स्टँडवर जाऊन येऊ"

"का?"

"बस कधी आहे काय बघायला नको?"

"पण संस्थेचे नाव गाव काय?"

"शिवाजी शिक्षण संस्था, साळगांव."

"अरे त्या संस्थेत माझा एक नातेवाईक आहे."

"असं! मग बरचं झालं."

दोघं स्टँडवर आले. सकाळी सहा वाजता गाडी होती. मित्राच्या खोलीवर गप्पा गोष्टी झाल्या, पण झोप काही लागेना. संस्थाचालक कसे असतील, संस्था

कशी असेल, परमुलखात जातोय, काय होईल? भाषा, संस्कार, संस्कृती काय होईल? निवड होईल का? असंख्य प्रश्न.

सकाळी सहा वाजता गाडी सुटली. जरा हवेत गारवा होताच; पण डोक्यात 'टेन्शन' असल्यामुळे उत्सुकता गारठयाला दाबून टाकीत होती. गाडी हळूहळू घाट उतरू लागली तोपर्यंत सूर्य वर आला होता, मी कोकणात कधीच गेलो नव्हतो. त्यामुळे घाटाखाली पाहात राहिलो. एवढी मोठी हिरवीगार डोंगरदऱ्यांनी भरलेली ही निसर्गसंपत्ती. एकदम खुश झालो. काय वाट्टेल ते होऊ दे आपण राहायचंच, हा विचार केला. पण नोकरी मिळाली तर... तेही खरंच. हे सर्व मनातल्या मनात चालले होते. तोपर्यंत घाट उतरत गाडी साखरप्यात थांबली. सर्व चहाला उतरले. मी उतरलो. खिशात नेमके पैसे होते. येताना आदल्या रात्री शंभर रुपये मित्राकडून घेतले होते व आईनं हळूच पन्नासची नोट हातात कोंबली होती. चहा घेतला आणि गाडीत बसलो.

गाडीने वेग घेतला आणि तीन-चार तासांच्या आतच वळणं घेतघेत एस.टी थांबली. कंडक्टर एकदम ओरडला 'साळगाव.'

मी झटकन उठलो. बॅग घेतली. खाली उतरलो. गाडी निघून गेली.

मी इकडे तिकडे पहात होतो. स्टँडवर दुकानांची लाईन होतीच.

समोर रिक्षा उभ्या होत्या. दोन चार वडापाव गाड्या होत्या. पण गावातल्या गावात संस्था असेल तर कशाला रिक्षा-वडापाव. चला, चालत जाऊ आणि मी चालू लागलो. बराच वेळ समोर चालत चालत असतानाच म्हटलं 'नेमकी संस्था कुठं' विचारावी म्हणून एका सद्गृहस्थाला थांबवला.

"माफ करा."

"बोला."

"अहो शिवाजी शिक्षण संस्था?"

तो माझ्याकडे बघत राहिला.

"कोल्हापूर?"

"हो कसं काय ओळखलंत?"

"अहो जगात कुठंही जा, तोंड उघडलंत की समजतंच."

"तुम्ही"

"मी बी"

"अरे वा! मग जमलं."

“मुलाखतीला आलात?”

“होय! तुम्ही कसं ओळखलंत?”

“अहो मी त्याच संस्थेत शिक्षक आहे.”

मला लगेच आठवले. मी त्यांना लगेच विचारले, “धोंडीराम चव्हाण?”

“होय. तुम्ही?”

“मी शिवाजी जाधव. अहो तुमचा पाहुणाच माझा मित्र आहे.”

मी सर्व माहिती सांगितली व ते मला म्हणाले, “चला”

आम्ही बोलत बोलत संस्थेच्या गेटजवळ आलो.

‘वा!’

माझ्या तोंडून आपोआप शब्द बाहेर पडला.

“चव्हाण सर, काय गेट आहे. काय सजावट आणि काय ही समोरची इमारत. शिवाजी विद्यापीठच वाटतंय.”

“आत चला सर्व समजेल, कळेल व पहाल हळूहळू.”

संस्थेच्या गेटमधून आत गेलो. गेटवर कोणीच नाही.

“काय हो चव्हाण सर, एवढं मोठं गेट आणि वॉचमन नाही? अहो एका एका संस्थेच्या किंवा मोठ्या ऑफिसच्या गेटवर चार चार वॉचमन असतात.”

“इथं कायदा वेगळा आहे.”

“म्हणजे?”

“इथं ऑफिसला शिपाई नाही तर वॉचमन कसा असेल?”

“म्हणजे?”

“अहो संस्थाचालकांची तत्त्वं फार भारी आहेत.”

माझ्या मनात संस्थाचालकांबाबत कुतूहल जागृत झालं. कोण असेल, कसा असेल, किती शिकला असेल. कारण आजकाल राजकारणी, न शिकलेला किंवा कसा तरी शिकलेला, किंवा ज्याच्या जवळ दोन नंबरचा भरपूर पैसा, तोच शिक्षण संस्था काढतो. म्हणून हेही त्यातलेच असावेत. कसले असतील? बघूया. मनातल्या मनात विचार करत, दोन्ही बाजूच्या इमारती पहात पहात, समोरच्या इमारतीसमोर आलो.

समोरच्या इमारतीच्या समोर भरपूर गर्दी होती. त्यातून वाट काढतच चव्हाण सरांनी मला एका कारकुनासमोर उभे केले. “गुरव, हे मुलाखतीला आलेत.” गुरवांनी एकवेळ माझ्याकडे पाहिले.

"तुमची कागदपत्रे आणलीत?"
"हो!"
"कॉल लेटर?"
"हो!"
"द्या इकडे व बसा तिकडे."
मी कॉल लेटर देऊन बाहेर उभा राहिलो, कारण बसायला जागाच नव्हती.
उभ्या उभ्याच मी इमारती, आजूबाजूचे डोंगर, त्यावरची आंबा, काजू, नारळ इत्यादीची लागवड पहात पहात असतानाच,
"शिवाजी जाधव!"
असा पुकारा झाला. शिपाई मला घेऊन एका बाजूला असणाऱ्या चेअरमन साहेबांच्या चेंबरकडे चालला. गर्दी बरीच कमी झाली होती.
"दार उघडा व आत जा."
मला घाम फुटला. काय असेल, काय होईल पुढे?
"अहो जा ना."
"जातो जातो."
मी हळूच दार ढकलले. ते काय उघडेना, मग खाली बसलेला नॉब उजवीकडे डावीकडे फिरवू लागलो आणि दरवाजा एकदम उघडला. मी आतच. कारण आतुन एकानं दरवाजा उघडला होता.
स्वत:ला सावरतच उभा राहिलो.
"आत येऊ सर?"
"या या, अगोदर आलाच आहात."
सर्व जण हसू लागले.
"बसा."
"धन्यवाद सर!"
समोरची व्यक्ती एकदम उत्साही, जबरदस्त विश्वास असलेली. रुबाबदार व करारी दिसत होती. पण सतत हसतमुखही होती.
"काय नाव आपलं?"
"शिवाजी जाधव."
"कोल्हापूरचे वाटतं?"
"हो!"

"काय करतात वडील?"

"शेती!"

"काय असते शेती?"

"ऊस, भात, ज्वारी व भुईमूग."

त्यांनी मग उसाच्या जाती, भुईमुगाच्या जातीबद्दल विचारले आणि एकदम विचारले.

"विषय कोणता?"

"इतिहास सर."

मला वाटलं, हे संस्था चालक न शिकलेले. बरं त्यांची पाटी कुठे नाही. नाही तर प्रथम पाटी असते मग खाली पदवी 'बी.ए.' मग पद वगैरे.

"काय हो, शिवाजी महाराजांच्या बाबतीत तुम्ही विद्यार्थ्यांना काय शिकवाल?"

मी गांगरलो. महाराजांचा एवढा मोठा इतिहास, मी काय शिकवायचं हे थोडक्यात कसं सांगायच पण धाडस केलं.

"सर, माझ्या मते शिवाजी महाराजांच्या काळात जे जे घडले ते रम्य कथा म्हणून न सांगता त्यांच्या मागची रणनीती काय, ही विद्यार्थ्यांना समजून सांगितली पाहिजे. शिवाजी महाराजांच्या रणनीतीबरोबर दूरदृष्टी, नियोजन आणि अंमलबजावणी, प्रशासन आणि शासन यातील बारकावे, समयसूचकता व निर्णयक्षमता."

"वा छान! अभिनंदन!"

साहेब उठले. त्यांनी हास्तांदोलन केलं आणि आम्ही तुम्हाला आमच्या कॉलेजवर इतिहासचे प्राध्यापक म्हणून नेमतो आहोत. पण एक अट आहे."

"मला मान्य आहे."

"अहो सांगायच्या अगोदर?"

"तुम्ही गैर काहीही सांगणार नाही याची खात्री आहे."

"वा वा पाच मिनिटांत आमची ओळख?"

"साहेब, ओळख क्षणात होते. बोलताना होते. दृष्टीत होते. तुम्ही तर साहित्यिक आहात, असं मला वाटतं."

"तुम्हाला कोणी सांगितलं?"

"माझा अंदाज साहेब."

"बरोबर आहे."

"साहेब अट कोणती?"

"हो, आमचे जे वसतिगृह आहे त्यांचे तुम्ही 'रेक्टर' व्हायचं."
"साहेब, मी नवीन?"
"नवीन जुनं काही नाही. मी तुमच्या पाठीशी आहे. वसतिगृह मोठं आहे. पाचशे विद्यार्थी आहेत. चार-पाच महाविद्यालयाचे विद्यार्थी आहेत. तुमच्या सारखा एक रेक्टर मला पाहिजे होता."
"सर, मी भेटतो तुम्हाला."
"ओ. के.!"
सरांनी बेल वाजवली. शिपाई आला.
"अरे, सचिवांना बोलव."
सचिव आले, ते आदबीनं उभे राहिले.
"यांची प्राध्यापक म्हणून 'सिनिअर कॉलेज' वर नेमणुक करा व रेक्टर म्हणून आदेश काढून आणा! जा तुम्ही."
मला खूप आनंद झाला. मी सचिवांच्या बरोबर आलो. त्यांनी मला बसायला सांगितले. मी बाहेर बसलो. गर्दी आता बरीचशी कमी झाली होती. चार पाच लोक माझ्या सारखे बसले होते. आदेशपत्राची वाट पहात. विद्यार्थी इकडे तिकडे जात येत होते. संस्थेचा कारभार मोठा दिसत होता. अजून कुठे मला संस्थापकांचे नाव दिसले नाही. मीपण विचारले नाही.
सचिव साहेबांनी आत बोलवले आणि 'ऑर्डर' हातात दिली.
"कधी हजर होता?"
"दोन दिवसांत."
"ठीक आहे चला."
"धन्यवाद सर!"
मी बाहेर पडलो. चव्हाण सरांना शोधत शोधत त्यांच्या स्टाफरूमपर्यंत आलो. आत डोकावले.
"या या जाधव."
मी आत गेलो, चार-पाच प्राध्यापक बसले होते. रिकाम्या खुर्चीत मी बसलो.
"मग काय जाधव, झाली का निवडं?"
"ही काय ऑर्डर."
"बघू."
त्यांनी ऑर्डर बघितली.

“वा! झाली निवड तुमची.”

“भेटलात काय परत साहेबांना?”

“नाही!”

“का?”

“कसं भेटायचं?”

“अरे ऑर्डर मिळाली धन्यवाद सर म्हणायचं.”

“नाही जमलं.”

“जमेल जमेल.”

“चव्हाणसर, जरा बाहेर येता काय?”

“चला.”

दोघे बाहेर आले.

“बोला.”

“चव्हाणसर एक विचारतो, साहेब, सचिव ऑर्डर देताना काही बोलले नाहीत.”

“म्हणजे?”

इकडे तिकडे बघत,“अहो नोकरी दिल्याबद्दल पैसे किती?”

“जाधव, बोललात एवढे बोललात. इथं असले काहीही चालत नाही. चेअरमन साहेबांची तत्त्वे फार वेगळी आहेत.”

“खरंच.”

“जिल्ह्यात नाव आहे. कोणाकडूनही काहीही घेत नाहीत. कोणाचा चहा पीत नाहीत.”

“काय म्हणता?”

“होय!”

“काय नाव हो साहेबांचं?”

“डॉक्टर बाळासाहेब साळुंखे.”

“डॉक्टर म्हणजे?”

“अहो, पीएच.डी. आहेत ते.”

“काय म्हणता?”

“होय!”

“मला वाटलं, असेल कोणतही अर्धवट शिकलेला राजकारणी माणुस.”

“हे राजकारणात पण आहेत.”

“काय म्हणता?”

चव्हाणसर मला धक्यावर धक्के देत होते.

“पण त्यातले राजकारणी नव्हेत.”

“मग?”

“तत्त्वनिष्ठ राजकारणी; अनेक पदावर आहेत. प्राध्यापक होते. प्राचार्य होते.”

“मला चक्कर यायची वेळ आलीय.”

“अजून येईल. इथं आलात व त्यांच्याबद्दल जशी माहिती मिळेल तशी तशी चक्कर येइल व थांबेल ही. पण लक्षात ठेवा अशा माणसाच्या हाताखाली व त्यांच्या संस्थेत काम करण्याची संधी म्हणजे आयुष्याचे सोनं झालं अस समजा.”

“चव्हाणसर, मी भारावून गेलोय.”

“अजून काय ऐकलत त्यांच्याबद्दल? याल त्यावेळी पहा.”

“बरं सर, मी जातो दोन दिवसात येतो. मला खोली.......”

“अरे, या तर खर सर्व बघतो.”

❖❖❖

मी गावी आलो. तो प्राध्यापकाची ऑर्डर घेऊन. मग काय माझा रूबाब गांवात. दोन दिवस मित्रांनी, घरच्यांनी, नातेवाईकांनी माझी चांगलीच उठ बस केली. दोन दिवस कधी गेले ते कळले नाही. सर्व सामान सुमान बांधून मी जायला निघालो. बाबांना नमस्कार केला. आईला नमस्कार केला. मित्रांना नातेवाईकांना सांगून मी गाडीत बसलो.

ज्या गावात जन्माला यायचे त्या गावातून एक दिवस पोटापाण्यासाठी गाव सोडायचा हे प्रारब्धातच असते. शिकलेल्या लोकांच्या नशिबात हेच लिहिलेलं असतं. अनेक विचारांची थैली मोकळी करत करत व आठवणींना मागे सोडत-सोडत हा मी साळगावला परत आलोसुध्दा.

‘शिवाजी शिक्षण संस्था, साळगांव’ या संस्थेच्या नावाची गेटवर पाटी असलेल्या गेटवर मी आलो. समोर संस्था; क्षणभर डोळे मिटले आणि वाकून जमिनीला हात लावून नमस्कार केला.

आजपासुन मी व माझं आयुष्य या संस्थेला, या संस्थापकांना आणि संस्थेच्या कार्याला वाहिले. जे जे संस्था सांगेल ते ते मी करेन. प्रामाणिकपणाने मी संस्थेची सेवा

करेन. माझी निष्ठाही संस्था व संस्थापकांशी असेल. जे काय माझं बरवाईट होईल ते मी आनंदानं स्विकारेन. माझ्या हातून संस्थेची कधीही बदनामी होणार नाही. मी ज्या संस्थेचे मीठ खाईन त्या संस्थेशी गद्दारी करणार नाही. माझ हित होवो अगर अहित, मी संस्थेच्या विरुध्द अवाक्षर बोलणार नाही. संस्थेच्या प्रगतीत माझा जेवढा सहभाग मला घेता येईल तेवढा घेईन. कितीही कष्ट पडोत मी रात्रीचा दिवस करून ते काम करीन. जी जबाबदारी टाकतील ती आनंदाने स्वीकारून त्यासाठी येणाऱ्या सर्व संकटांना धीरानं तोंड देईन. संस्थाचालक माझ्यावर रुष्ट होतील असे माझ्या हातून काहीही घडणार नाही, याची मी दक्षता घेईन. संस्थेचे नुकसान माझ्या हातून होईल असे काहीही मी करणार नाही.

बराच वेळ मी अशी वाक्य पुटपुटत गेटवर उभा होतो.

"काय जाधव, काय प्रार्थना करता?"

मी दचकलो. मागे पाहिले. चव्हाणसर व इतर दोघे तिघे होते.

"काही नाही पहिलाच दिवस आत जाताना.........."

"कळले कळले, चला. प्रथम कार्यालयात जा व प्राचार्यांकडे हजर रिपोर्ट द्या."

मी प्राचार्यांच्याकडे गेलो.

"सर आत येऊ का?"

"या! आपण?"

"मी शिवाजी जाधव. हजर होण्यास आलोय."

"द्या हजर रिपोर्ट."

"लिहिला नाही."

"मग मी लिहून देऊ?"

"नाही."

"मग?"

"मी आणतो लिहून."

"मग कशाला आला होता?"

"चुकलो सर."

"ठीक आहे. या."

पहिलीच फजिती झाली होती. परत चव्हाण सरांच्याकडे आलो. झाला प्रकार सांगितला.

“हजर रिपोर्ट मराठीत की इंग्रजीत लिहायचा चव्हाणसर?”

“अहो मराठीत लिहा. तो चेअरमन कडे जातो. तुमचे इंग्रजी त्यांना समजणार नाही.”

सर्व जण हसायला लागले. मी खजील झालो.

“नाराज होऊ नका जाधव, चेअरमन साहेब चुका काढतात. मराठीत लिहा व द्या.”

मी मराठी हजर रिपोर्ट लिहिला व प्राचार्यांकडे घेऊन गेलो

“आणलात?”

“हो.”

“द्या.”

त्यांनी वाचला. त्यावर रिमार्क मारला व क्लार्ककडे देण्यास सांगितले.

मी बाहेर येतच होतो.

“थांबा, बसा. नाव काय तुमचं?”

“जाधव!”

“हां तर प्राध्यापक तुम्हाला आता उद्यापासून ‘लेक्चर’ घ्यावे लागेल. तयारी चांगली करा. कोणतीही तक्रार चालणार नाही. चेअरमन साहेब आले की त्यांना भेटून घ्या.”

“होय सर.”

मी बाहेर आलो. चव्हाणसर माझी वाट बघत होते.

“या या बसा. बरं झालं. तुम्ही आलात कोकणात. शक्यतो कोण येत नव्हतं पूर्वी. पण आता तस राहिलं नाही. आता इथले स्थानिक लोकही चांगले शिकत आहेत.”

माझ नशीबच चांगलं म्हणून अशा चांगल्या संस्थेत मला प्राध्यापकांची नोकरी मिळाली.

“अहो जाधव सर, तुम्हाला माहीत आहे काय?”

“काय?”

“अहो, त्या दिवशी तुमच्या विषयाचे एम.ए. झालेले व प्रथम श्रेणीत पास झालेले पंचवीस उमेदवार होते. पण तुम्ही ‘बी प्लस’ एकटे सिलेक्ट झालात म्हणजे नशीबच म्हणा. काय जादू केलीत हं?”

“काही नाही चेअरमन साहेबांनी एकच प्रश्न विचारला.”

“कोणता?”

“छत्रपती शिवाजी महाराजांच्या बद्दल काय शिकवणार?”

“मग?”

जे मी उत्तर सांगितलं, त्यावर ते जाम खुश झाले. “चव्हाणसर त्यांचा कोणता विषय हो.”

“त्यांचे सर्वच विषय.”

“म्हणजे?”

“अहो कांहीही कुठलेही विचारा त्यांच्याकडे उत्तर आहे. फार आभ्यास आहे. फार वाचन आहे. साहित्यिक आहेत ते.”

“काय म्हणता?”

मी उडालोच.

“अहो जाधव, त्यांच्या वीस कादंबऱ्या झाल्यात.”

“काय सांगता?”

“उद्या एका कादंबरीचा प्रकाशन सोहळा आहे.”

“खरंच!”

“हो. पहा त्यांचे वक्तृत्त्व.”

“म्हणजे बोलतातही?”

“छानच!”

“चव्हाणसर, मी खरंच भाग्यवान आहे.”

“तुम्हीच काय आम्हीही. पण एक गोष्ट लक्षात ठेवा.”

“काय?”

“अत्यंत रागीट आहेत.”

माझा चेहराच बदलला. असा माणूस रागीट असू शकतो.

“चेहरा पाडू नका.”

“तसं नाही.”

“अहो, क्षणाक्षणाला हसवणारेसुध्दा तेच आहेत.”

“तुम्ही मला हे सगळं सांगता ते खरं की माझी चेष्टा करता?”

“अहो जाधव सर, मी कशाला चेष्टा करेन; तुम्हाला हळूहळू समजेलच.”

“नाही म्हणजे एवढे गुण एकाच माणसाच्या अंगात असणे म्हणजे मला आश्चर्यच वाटले.”

“गुण? अहो अष्टपैलू व्यक्तिमत्त्व!”

“म्हणजे?”

“खेळात नॅशनल प्लेअर होते. नाटकात काम करायचे. ऑर्केस्ट्रात काम करायचे. गायचेसुध्दा. अहो काय नाही ते विचारा.”

मी थक्कच झालो.

“चला विचार करू नका. असा माणूस क्वचितच सापडतो. बघा पुढं.”

संध्याकाळी चव्हाणसरांच्या बरोबर पूर्ण संस्थेचा ‘कॅम्पस्’ पाहिला. दोनशे एकराचा कॅम्पस् पाहून मी चाटच पडलो. नारळी, पोफळी, आंबा, काजू, चिकू यांच्या मोठ्या बागा. पाऊस सुरू होता. त्यामुळे भाताची लागवड सुरू होती. सर्वकाही हिरवेगार दिसत होते. संस्थेच्या अनेक इमारती दिमाखात उभ्या होत्या. भव्य ग्राउंड, एका बाजूला भव्य स्टेज बांधलेले. पुढे गेलात की पाच मिनिटांच्या चालण्यावर विद्यार्थी वसतिगृह.

“चला आपण विद्यार्थी वसतिगृहही बघू या.”

आम्ही दोघंही तिकडे गेलो.

अत्यंत टुमदार कौलारू वसतिगृह. विद्यार्थी वसतिगृहाची मजा लुटत होते. कॅन्टीन, मेस वगैरे बघून आम्ही रूमवर परत आलो.

दुसऱ्या दिवशी मी इतिहास शिकविण्यासाठी बी.ए.च्या तिसऱ्या वर्षाच्या वर्गात गेलो. तशी माझी तयारी नव्हती पण ‘सिलॅबस’ सांगायचा व इकडे तिकडे जरा बोलून आजचा दिवस घालवायचा विचार होता. मी इतिहासाचे पुस्तक घेतले व उठलो.

“अहो कुठे चाललात?”

जगदाळे सरांनी मला टोकलं.

“तास आहे.”

“अहो कुठे तास घेणार?”

“तिसऱ्या वर्षाची मुलं.”

“अहो साहेबांचा आज कार्यक्रम.”

“कसला?”

“तुम्हाला माहीत नाही? प्रकाशन समारंभ.”

“हो हो. काल चव्हाणसर म्हणाले खरं”

“मग?”

"सॉरी हं, सर माझ्या लक्षात नाही."

"चला."

"बाकीचे?"

"सर्व त्याच तयारीत आहेत."

"मला कसं कोणी सांगितलं नाही."

"अहो, इथं कोणाला कोणीही सांगत नाहीत. आपणच पुढे होऊन करायचं असतं."

"काय करायचं?"

"खुर्च्या उचलण्यापासून, झाडण्यापर्यंत. चला."

आम्ही दोघं घाईघाईनं निघालो. रस्त्यात मुलं-मुली तिकडेच जात होती.

खूप गर्दी होती. हॉल खचाखच भरला होता. विद्यार्थी, स्टाफ, कार्यकर्ते. चव्हाणसरांना मी म्हणालो, "एवढी गर्दी?"

"अहो साहेबांचे भाषणच तसे असते."

माझे कुतूहल आणखीच वाढले. थोड्या वेळानं गडबड उडाली. साहेब आले असे कोणीतरी म्हणाले. आणि खरच पांढरीशुभ्र पँट, तसाच शर्ट, बूट घातलेले रुबाबदार व्यक्ती पुढे आणि मागून सर्व प्राचार्य, प्रकाशक, प्रमुख पाहुणे येत होते.

पाहुणे मंडळी आसनस्थ झाली आणि निवेदकानं प्रकाशनाचा कार्यक्रम सुरू केला.

चेअरमन साहेबांना सर्व 'सरचं' म्हणायचे, त्यामुळे निवेदकानं सरांच्या मागील सर्व साहित्याचा उल्लेख करून ही कादंबरी विसावी आहे असे सांगताच टाळ्यांचा कडकडाट झाला.

प्रकाशनाचा कार्यक्रम झाला. पाहुण्यांचे भाषण झाले व चेअरमन साहेब बोलायला उठले. अहो काय एकतास पोट धरून हसण्यात सारा हॉल सामील झाला. मध्येच सर गंभीर होत. शिक्षण, संस्कार, विद्यार्थी, राजकारण, इतिहास यांचे सर्वांचे दाखले देत जमलेल्यांना अंतर्मुख व्हायला लावायचे. कधीकधी स्वत: भावुक होत होते. माझ्या आयुष्यात असं भाषण मी कधीच ऐकलं नव्हतं.

कार्यक्रम संपला सर्व लोक पांगले. मीही त्या भाषणाच्या धुंदीत स्टाफ रूममध्ये आलो. एवढ्यात शिपाई आला.

"जाधवसर, तुम्हाला चेअरमन साहेबांनी बोलावलंय."

"मला?"

“हो”

“का हो?”

“मला कसं माहीत असणार?”

मी चव्हाणसरांच्या कडे प्रश्नार्थक नजरेत पाहिले.

“जा तुम्ही भेटून या.”

मी घाबरतच त्यांच्या चेंबरपाशी गेलो. मला शंका आली. माझी ऑर्डर रद्द केली की काय? दार उघडून,

“सर आत येऊ?”

“या या!”

हसतमुख चेहऱ्यांनी सरांनी माझं स्वागतच केलं. मला जरा बरं वाटलं. समोर प्राचार्य बसले होते. एक संचालकही होते.

“प्रा. जाधव, तुमच्यावर एक जबाबदारी आम्ही टाकणार आहोत. तुम्ही नवीन आहात, विद्यार्थ्यांचा अनुभव नाही. प्रशासनाचा अनुभव नाही हे सर्व मलाही माहीत आहे. पण आपण इतिहासाचे प्राध्यापक आहात. सर्वच्या सर्व प्रसिद्ध राजे होऊन गेले. त्यांना काय अनुभव होता असे नव्हते. त्यामुळे दिलेल्या कामातूनच अनुभव मिळतो. कामच केले नाही तर अनुभव तरी कसा मिळणार?”

“खरं आहे सर, मी तयार आहे.”

“बघा जाधव, विद्यार्थ्यांचा मामला आहे. बऱ्याच लोकांनी हात टेकलेत.”

प्राचार्यांनी नाउमेदीचे वाक्य माझ्या तोंडावर फेकले.

“पण सर, मी काय करायचं ते तरी सांगा.”

“तुम्हाला आम्ही ‘रेक्टर’ करणार आहोत.”

मी एकदम दचकलोच.

“दचकायला काय झाले हो? तुम्हाला कुठे मी बॉर्डरवर लढाईला पाठवत नाही.”

“सर, तसं नाही.....”

मी स्वत: सावरत बोललो.

“मग?”

“मी नवीन आहे.”

“अहो, नवीन-नवीन म्हणजे काय? जुने काय दिवे लावतात ते पाहिले आहे व पाहतोय मी.”

साहेबांचा आवाज चढला.

"मला जमेल का सर?"

"न जमायला काय झालं?"

"मिस्टर जाधव, विचार करून सांगायला तुम्ही काय खरेदी करायला आला नाहीत की, लग्नाची बायको पसंत करायला? विचार करून काय सांगतो? हे काम संस्थेने तुमच्याकडे दिले आहे. ते तुम्ही उद्यापासून करायचे आहे. दोन 'मॉनिटर' मदतीला असतील. प्राचार्य! उद्या यांची रेक्टर म्हणून ऑर्डर काढा. चला निघा."

चव्हाण सरांनी मला सांगितले होते. रागीट आहेत. मी गप्पंच बसलो. काय असेल ते स्वीकारायचे आणि झेपेल तसे करायचे, पुढचे पुढे, म्हणून कार्यालयातून बाहेर पडलो. पण डोक्यात अनेक विचार. विद्यार्थी, त्याची वर्तणूक त्यांचा दंगा, भांडण मला माहीत होती, कारण मीपण विद्यार्थी होतोच.

अनेक प्राध्यापक, प्राचार्य नाहक या विद्यार्थ्यांच्या साठी बळी गेलेत. त्यांची काही चूक नसताना. संस्थाचालक व राजकारणी, नोकरांचा बळी देतात आणि विद्यार्थ्यांना अभय. मी वाचलं आहे व पाहिलंही आहे. पण आपली यातून सुटका नाही याची पक्की खात्री करून मी स्टाफरूममध्ये आलो.

"काय जाधव, अगदी चार दिवसांतच चेअरमन सरांनी बोलावले, ओळख आहे वाटतं?"

"अहो, कसली ओळख? का कोणास ठाऊक त्यांनी बोलावले."

"म्हणजे?"

"कारण सांगितलं नाही."

"असेल हो काहीतरी."

"अहो काही तरी का चेअरमन सांगणार आहेत."

"होय होय, महत्त्वाचेच असेल."

"सांगा हो... आम्हालाही कळू द्या."

अनेक प्राध्यापकांनी जाधवांच्या वर प्रश्नाचा भडिमार करावा तसा केला.

"काही नाही हो ते वसतिगृहाचे तुम्ही बघा असे म्हणाले."

"वा वा जाधव, आता मोठीच कामगिरी तुमच्यावर टाकली."

"हो ना."

"अनेक जण थकले. आता तुम्ही नव्या दमाचे."

"बघूया, चेअरमन साहेबांनी आदेश दिलाय. तो आता मानायलाच पाहिजे."

"तेही खरं आहे."

एवढ्यात शिपायी बोलवायला आलाच.

"प्राचार्यांनी बोलावलंय."

"कोणाला?"

"जाधव सरांना."

"बघा बघा जाधव, चेअरमननंतर लगेच प्राचार्य."

"का हो, तुमच्या पोटात का दुखायला लागलंय. मगापासून बघतोय." चव्हाणसरांनी तोंड घातलं.

"आमच्या पोटात कशाला दुखेल?"

"नाही ना? मग गप्प बसा."

"बरं बाबा."

"तसं नाही हो, अहो कोणतरी जाऊन सांगेल चेअरमन साहेबांना आणि भलतीच गंमत होईल तुमची."

"होय रे बाबा, जाधवसर, चेष्टेने बोलले हे."

"काही नाही हो सर, मला कळतंय."

मी प्राचार्यांच्या केबीनजवळ गेलो. "आत येऊ का सर?"

"या या बसा, ही तुमची रेक्टरपदाची संस्थेची ऑर्डर. जाधव, विद्यार्थ्यांचा मामला आहे... जरा जपून."

"होय सर!"

"काय आहे, तुम्ही तरुण आहात. भावनेच्या भरात कोणतीही गोष्ट करू नका."

"नाही सर."

"प्रत्येक गोष्टीत चेअरमन साहेबांचं लक्ष असतं. ते एक दोन वेळा तरी सर्व होस्टेलवर चक्कर मारतात. मुलांची कोणतीही गैरसोय होऊ नये, त्यांना काहीही कमी पडू नये अशी त्यांची इच्छा असते. तुम्ही त्यांची वेळ घ्या, त्यांच्या सूचना घ्या त्याप्रमाणे काम करा. प्रश्न अनेक आहेत. उत्तरे शोधली पाहिजे. मार्ग अनेक आहेत, नेमका शोधला पाहिजे."

"येऊ सर?"

"या, बेस्ट ऑफ लक!"

"थँक्यू सर!"

माझी नवीन 'ड्यूटी' सुरू होणार होती. म्हणून मी बरीच माहिती गोळा करायची ठरवलं. विद्यार्थी, स्टाफ, संचालक, मेस, आचारी, मेस व्यवस्थापक यांची, त्यांच्या स्वभावाची, कार्यांची व सुरवातीला हळूहळू जाण्याचा विचार केला. कोणत्याही परिस्थितीत हे काम यशस्वी करायचं, हीच माझी इच्छा होती.

त्यानुसार काम करण्याची जिद्द बाळगून मी कामाला सुरवात करायची असे ठरवले.

माझे कॉलेजमधील लेक्चर घेऊन मी होस्टेलकडे निघालो. संस्थेच्या मुख्य इमारतीच्या उत्तरेला संस्थेचे होस्टेल. तिथपर्यंत जाताना मध्ये भव्य क्रीडांगण लागते. ते पार करून चालत मी मुख्य रस्त्याला आलो. पाचच मिनिटांत मी होस्टेलच्या गेटवर आलो. गेटमधून आत उजव्या हाताला ग्राहकभांडार, स्टोअर इत्यादीसाठी गाळे होते. त्यांच्या समोर 'कॅंटीन' पुढे आलो डाव्या हाताला वळले की सर्व होस्टेल्स. अगदी सुरेख पध्दतीने कौलारू पण आकर्षक होती. चार इमारती स्वतंत्र. त्यांच्या पलीकडे जेवणाच्या दोन मेस. त्याला लागून त्याचा भटारख़ाना व समोर स्टोअर. अगदी जे जे पाहिजे ते ते होते.

मी मेसमध्ये गेलो. मेस व्यवस्थापक सुर्वे होते. त्यांना बोलावले. सडपातळ, उंच असा तरुण समोरून येत होता.

"नमस्कार सर. तुम्ही जाधवसर ना?"

"होय!"

"कालच आम्हाला ऑर्डर मिळाली. बरं झालं सर तुम्ही आलात."

"कसं काय होस्टेलचं?"

"चांगल चाललंय सर."

"मुलं कशी आहेत?"

"आता कळेल तुम्हाला."

"जेवण कसे आहे?"

"छान असते."

"मुलं काय म्हणतात?"

"ते कळेल तुम्हाला."

"काय काय सुधारणा केल्या पाहिजेत?"

"आता मी काय सांगू? मला जे जे लागतं ते मी तुम्हाला सांगेन. पण एक लक्षात ठेवा, मोठे साहेब केव्हाही कुठेही येतात, घुसतात, तपासतात. फारच लक्ष

असतं. रोज येतात, चुकत नाहीत.''

मी सुर्वेंना घेऊन होस्टेलची पाहणी केली. होस्टेल घाण झाले होते. संडास, बाथरूमचे दरवाजे मोडले होते. 'ट्यूब' नाहीशा झाल्या होत्या. स्ट्रीट लाइट बंद आहेत, असे सांगितले.

''सुर्वे हे काय?''

''हे असंच असतं. कितीही करा.''

''मुलं करतात हे?''

''हो!''

''का?''

''तुम्हीच विचारा.''

''संध्याकाळी सभा लावा मुलांची.''

संध्याकाळी सात वाजता सर्व मुलांची सभा लावली. सर्व मुले जमली. मी त्यांना जोरदार भाषण दिले.

''मुलांनो, आपण इथे शिकायला येतो. या शिक्षणाबरोबर शिस्त महत्त्वाची. संस्थेच्या आवारात शिस्त असताना तुम्ही तशी शिस्त इथेही पाळणे गरजेचे आहे. जेवणाबाबत काही तुमची सूचना असेल तर जरूर सांगा. आपण त्यामध्ये सुधारणा करू. पण रेक्टर या नात्यानं आता या होस्टेलवर शिस्तीनेच तुम्हाला रहावं लागेल.''

कुणीतरी हसल्याचा आवाज आला. सर्व विद्यार्थ्यांनी मागे पाहिले. मी कानाडोळा केला. पहिलीच वेळ आहे. समजून गप्प राहिलो. मिटिंग संपली. मुलं आरडत ओरडतच गेली.

मला जाणीव झाली. एवढं हे काम सोप दिसत नाही. पण मी मात्र ते 'चॅलेंज' म्हणून स्वीकारलं. इतर प्राध्यापकांना, प्राचार्यांनाही मला जमणार नाही याची पूर्ण खात्री होती.

मी रोज आता होस्टेलवर जात होतो. पाहत होतो. विद्यार्थ्यांना आजमावत होतो. संस्थाचालक व प्राचार्यांचा मूड पाहत होतो. विद्यार्थ्यांच्या वागण्याची एखादी झलक प्राचार्यांना सांगत होतो. प्राचार्य म्हणायचे 'ते विद्यार्थीच आहेत, चालायचं असं म्हणून हसण्यावारी घेत होते. चेअरमन यांनी मात्र मला बोलाऊन सांगितले.

''जाधव, काहीही करा पण शिस्त ही असलीच पाहिजे. अनेकांनी पळ काढला. पण तुम्ही काढता कामा नये. मी तुमच्या पाठीशी आहे. तुम्ही रोज मला भेटायचं. कोण काय म्हणत याकडे लक्ष देऊ नका. संस्था माझी आहे. तुम्ही कोणाला

धूप घालायची गरज नाही.''

माझ्यात उत्साह व आत्मविश्वास आला. मनामध्ये जे जे ठरवलं ते ते राबवण्यास आता मुक्त झालो.

❖❖❖

दोन दिवसा नंतर साहेबांच्या कडे गेलो.

''साहेब, आत येऊ?''

''या या जाधव बसा, काय काम काढलंय?''

''साहेब होस्टेलबाबतीत बोलायचं होतं.''

''बोला.''

''साहेब, होस्टेलच्या दुरुस्तीची गरज आहे.''

''जी जी दुरूस्ती आहे त्या सर्वाचे 'इस्टिमेट' काढा आणि सादर करा. मंजुरी देऊन टाकू. सचिवांना भेटा.''

मी बाहेर आलो. मंजुरीसाठी काय टाकायचे, इस्टिमेट कसे करायचे हे प्रश्न घेऊनच मी सचिवांकडे गेलो.

''नमस्कार!''

''बोला सर, साहेबांचा फोन होता.''

''एवढ्यात?''

''हो तर! ती तर खासीयत आहे साहेबांची. काम करायचं आहे?''

''होस्टेलचे दरवाजे, संडासचे दरवाजे, ट्यूब, पंखे बदलायला हवेत. दुरुस्ती करायला हवी.''

''तुम्ही काम करा. सुर्वेना सांगा ते सर्व करतील. किती दरवाजे, पंखे किती, ट्यूब किती? त्याची 'कोटेशन्स्', दुरुस्तीचा अंदाजीत खर्च. अशी एक टिपणी मंजुरीसाठी टाकायची.''

''टिपणी म्हणजे?''

''नोट''

''म्हणजे?''

''अहो, तुम्हा शिकलेल्या माणसांचा हाच 'प्रॉब्लेम' आहे. तुम्हाला 'सिलॅबस' पलीकडे काहीही कळत नाही. बरं कळत नाही म्हणून तुम्ही कुणाला विचारूनही करतही नाही. तुमचीच नाही, तुमच्या प्राचार्यांपासूनची बोंब आहे. हे बघा जाधव टिपणी म्हणजे तुम्ही चेअरमन साहेबांना काय काय दुरुस्त करायचे? का करायचे? कसं करायचे? त्याला खर्च किती येईल? ते कोणाकडून करायचे? याबाबत एका

कागदावर लिहायचं आणि तशी फाईल करायची.''

म्हणून त्यानी जवळची फाईल दाखवली. ती कशी करायची दाखवली.

सचिवांनी दिलेली माहिती सुर्वेना सांगून तशीच्या तशी कागदावर लिहिली. दुरुस्तीचे व इतर साहित्य खरेदीचे दर काढले आणि टिपणी तयार करून थेट साहेबांच्याकडे...

''सर, आत येऊ?''

''या या!''

''सर, टिपणी आणली.''

''कसली?''

''होस्टेलची.''

साहेबांच्याकडे टीपणी ठेवली, साहेबांनी पाहिली, बऱ्याच चुका होत्या, अगदी ऱ्हस्व, दीर्घसुध्दा पाहिले मंजूर म्हणून सही केली.

''तत्काळ करून घ्या.''

सूचनेप्रमाणे आठ दिवसांत सर्व नवे करून टाकले. साहेब दोन दिवसांनी पहायला आले. खुश झाले.

''वा जाधव, चांगलं केलंत.''

मला खूप समाधान वाटलं.

❖❖❖

दोन दिवसांनी सकाळी सकाळी सुर्वे मला उठवायला आला.

''सर, अहो सर!''

''कोण आहे?''

''मी आहे सुर्वे! जरा बाहेर या.''

मी झोपेत होतो, कपडे घालून बाहेर आलो.

''गाडीवर बसा.''

दोघेही होस्टेलच्या दिशेने निघालो. मला काही समजेना. गेटवर उतरलो. 'हे बघा सर,' गेटपासून ते कॉलेजपर्यंत अश्लील मजकूर लिहिला होता. कॉलेजमधील एका प्राध्यापिकेबद्दल विद्यार्थ्यांने कोणीतरी तो खडूने रात्री लिहिला असावा. मी तत्काळ प्राचार्यांना सांगितले. प्राचार्य आले. तो मजकूर शिपायांना इतर मुलांना पुसायला लावला. ही गोष्ट चेअरमन यांच्या कानावर गेली. मला, प्राचार्यांना व प्राध्यापकांना बोलवण्यात आले. साहेब खूप भडकले होते, खूप चिडलेले होते.

“प्राचार्य, कोणी लिहिला हा मजकूर?”

“माहीत नाही साहेब.”

“पीटी टीचर, तुम्ही, जाधव व सर्व प्राध्यापक, आज कॉलेज बंद. जोपर्यंत याची कबुली कोण देत नाही तोपर्यंत कॉलेज बंद आणि दोन दिवसांनी होस्टेल बंद. मुलांना बाहेर काढा.”

धावाधाव सुरू झाली. मुलांना प्राध्यापकांनी फैलावर घ्यायला सुरुवात केली. वाटेल ते बोलले आणि त्या गोष्टीचा सुगावा लागला. सर्व विद्यार्थ्यांना ग्राऊंडवर बोलवले. मोठा गोल केला. त्या विद्यार्थ्याला विद्यार्थ्यांच्यामध्ये उभा केला. आणि ज्या प्राध्यापिकेबद्दल त्यानं लिहिलं होतं, तिच्या पाया पडून माफी मागायला लावली.

साहेबांनी खुप मोठं व परिणामकारक असं विद्यार्थ्यांना मार्गदर्शन केलं. मुलं खाली मान घालून उभी होती.

“काय केलंस रे तू! अरे ज्या संस्कृतीमध्ये गुरूला मोठे आदराचे स्थान आहे, त्याच्याबद्दल असे लिहिता? तू कोणत्या संस्कारातून आलास? अरे हे जे काय तू लिहिलेस त्याचा अर्थ काय? का केलंस? हे सगळं करताना तुला काय आनंद झाला? का करता असले धंदे? काय मिळतो तुम्हाला आसुरी आनंद यातून? ही तर विकृती झाली. ही संस्कृती नव्हे. अरे आपण इथं शिक्षण घेण्यासाठी येतो. हे असले धंदे करण्यासाठी नाही. तुला दोन मुस्काटात द्यायला किंवा तुला या प्रसंगी कॉलेजमधून काढून टाकायलाही आम्हाला काही वाईट वाटणार नाही. पण तुझ्या आई-वडिलांच्या कडे बघून आम्ही ते टाळतो. अरे काय काय स्वप्न पाहत असतील ती दोघं. काय करतात आई-वडील?”

त्या विद्यार्थ्याला जोरात प्रश्न विचारला. त्याची बोबडीच वळली. कसातरी प्रयत्न करून तो बोलला.

“शिक्षक आहेत!”

“नशीब काढल हो त्यांनी, तुझ्यासारखा दिवटा त्यांच्या पोटी आला. हे तुझे धंदे जर त्यांच्या कानावर आम्ही घातले तर काय होईल तुझ्या आई-बापाचे? प्राचार्य बोलाऊन घ्या त्याच्या आईवडिलांना.”

हे ऐकल्यावर, तो मुलगा साहेबांच्या पायावर पडला व चुकलो म्हणून रडू लागला. बराच वेळ शांतता पसरली. साहेबांनी त्याला वर उचलला व उभा केला.

“अरे का करता असं? काय मिळतं? चांगल करा काहीतरी? जा आता सर्व जण.”

सर्व खाली मान घालून निघून गेले.

मीही सुन्न मन:स्थितीत घरी परतलो. विचार करत घरी खुर्चीवर बसलो. 'ही मुलं का अशी विचित्र वागतात. आई-बाबा तिकडे काय करतात. याची जाणीव नाही. आपण इथं कशाला आलो आहोत याचा विचार नाही. कॉलेजमध्ये आल्यावर या मुलांना काय होतं, कोणास ठाऊक. या वयात हे असं व्हायचंच, मुलं करायचीच असे काहींचे मत, मग आम्ही नाही काय कॉलेजला गेलो. शिवाजी महाराजांनी वयाच्या चौदाव्या वर्षी स्वराज्य स्थापन केले. मोठ्या माणसांची चरित्र वाचतो, इतिहास वाचतो. ज्ञानेश्वरांनी बाराव्या वर्षी ज्ञानेश्वरी लिहिली. तुकारामानी अभंग लिहिले याचा कधी तरी विचार ही पिढी करणार आहे की नाही? की अशीच विकृती वाढवत संस्कृतीचा नाश करणार?' बऱ्याच वेळ विचार करत होतो. माझं डोकं दुखायला लागलं.

"अहो कसला विचार करता? चला जेवायला या." आवाजाने मी त्या तंद्रीतून जागा झालो. उठलो, हात पाय तोंड धुतले व प्राध्यापकांबरोबर जेवायला गेलो.

कॉलेजवर या गोष्टीची चर्चा बरेच दिवस चालली. माझं काम चालूच होतं. रोज संध्याकाळी होस्टेलवर जायचं, चक्कर मारायची. मेसमध्ये जायचं.

❖❖❖

नविन विद्यार्थ्यांचे प्रवेश सुरू झाले आणि आमची धांदल सुरू झाली. एकूण दोनशे विद्यार्थी नवीन येणार होते. त्यासाठीची तयारी करायची होती. ती सर्व तयारी धावपळ करून केली. त्यामध्ये कॉट्स, गाद्या, टेबल, खुर्च्या, फॅन बसवणे इत्यादी कामाची पूर्तता केली. साहेबांनी विचारले.

"झाली काय तयारी?"

"होय साहेब."

"किती विद्यार्थी होस्टेलवर येतील?"

"दोनशेची तयारी आहे आमची."

"छान!"

"दोन वॉचमन पाहिजेत."

"कशाला?"

"मुलं रात्री बेरात्री कधीही येतात, कधीही जातात. इतर काही काही बाबतीत लक्ष ठेवणं गरजेचे आहे."

"ठीक आहे. सचिवाना सांगून जाहिरात देऊन दोन चांगल्या वॉचमनची नेमणूक करा."

होस्टेल जीवन हे विद्यार्थ्यांच्या जीवनातला एक महत्त्वपूर्ण आणि आनंददायी काळ असतो. 'विद्यार्थिदशा' का म्हणतात ते होस्टेवर गेल्यावर आणि तिथला अनुभव घेतला तरच ते कळतं. मौजमजा, गंमतजंमत, भांडणतंटा, दोस्ती दुश्मनी काय असते ते या 'होस्टेल' जीवनातच कळतं. खरंतर होस्टेल हे विद्यार्थ्यांना शिक्षणाच्या काळात राहण्याची एक सोय असते. पण विद्यार्थी होस्टेलचा उपयोग अनेक कारणांसाठी करतात. जे करायला पाहिले त्यासाठी व जे करायला नको त्यासाठी.

❖❖❖

रात्रीची वेळ होती. काही मुलं जेवून येत होती. काही जेवायला जात होती. मी व माझे 'मॉनिटर' मित्र त्याच वेळी मेसमध्ये गेलो. मेसमध्ये मोठा दंगा सुरू होता. एकमेकाला ताटात ठेवलेले कांदे मारणे, ग्लास फेकून मारणे, वाढणाऱ्या पोरांना शिव्या देणे, त्यांच्या हातातील ताटातील चपात्या हिसकाऊन घेणे इत्यादी गोष्टी सीनिअर विद्यार्थी करत होते. प्रथम वर्षाची मुले गप्प उभे राहून यांचे कर्तृत्त्व पहात होती. शेवटी वाढणाऱ्यांच्या बाजूनं सुर्वे धावले. त्यांनी दोन मुलांच्या कानाखाली वाजवली आणि खूप शिव्या दिल्या.

आम्ही आत गेलो. आम्हाला पाहून सुर्वे, ती वाढणारी मुलं बाजूला झाली. पण विद्यार्थ्यांचा धिंगाणा सुरू होता. मी एकाच्या कॉलरला धरले आणि मागे खेचून एक थप्पड दिली.

"हरामखोर! काय शिव्या देतोस? कुठे शिकलास? चला बसा खाली आणि मुकाट्याने जेवा व चालू पडा."

सुर्वे व वाढणाऱ्यांनी वाट्या, ताटे, पेले खाली पडलेले सर्व गोळा केले आणि आत घेऊन गेले.

"सुर्वे काय प्रकार हा?"

"सर, हा नेहमीचाच प्रकार आहे. हे विद्यार्थी नेहमीच असे करतात. वाढणाऱ्या मुलांना शिव्या देतात. काय वाटेल ते करतात. किती सहन करायचं हे?"

कशीतरी त्यांची समजूत घातली व विद्यार्थ्यांना आणखी दम देऊन आम्ही थोडा वेळ थांबलो व घरी आलो.

सकाळी 'प्राचार्यांनी मला तत्काळ बोलवलं आहे' असा निरोप घेऊन. शिपाई आला.

"येऊ काय सर?"

"या या तुमचीच वाट बघत होतो."

आत कालचे सर्व विद्यार्थी होते. त्यांनी माझ्या व सुर्वेंच्या विरोधात अर्ज दिला होता.

''जाधव, तुमच्या विरोधात विद्यार्थ्यांनी अर्ज दिला आहे.''

''काय म्हणून सर?''

''तुम्ही मेसमध्ये त्यांना मारहाण केलीत, धमकी दिलीत, शिव्या दिल्यात.''

''धमकी नाही सर.''

''मग?''

''त्यांनाच विचारा ते काय करत होते?''

''काय करत होते जाधव तुम्ही सांगा.''

''सरं ही मुलं त्या वाढणाऱ्या मुलांना शिव्या देत होती. दंगा चालला होता वाट्या, पेले फेकत होती. ताटे भिरकावत होती. चपात्या हिसकावून घेत होती.''

''नाही सर आम्ही यातलं काहीही करत नव्हतो.''

''ए पाटील, खोटं बोलू नको.''

मी त्या विद्यार्थ्याला दरडावले.

''जाधव, माझ्या पुढ्यात तुम्ही विद्यार्थ्यांना दम देता?''

''मग काय करू? हा जर खोटं बोलत असेल आणि तुम्ही जर त्याचं ते खरं मानत असाल तर मग आम्ही कोणाला सांगायचं?''

''जा चेअरमन साहेबांकडे.''

''तेच करतो.''

जाधव व सुर्वे वळले आणि प्राचार्यांना घाम फुटला.

''अहो, थांबा थांबा.''

म्हणेपर्यंत ते गेलेही.

पाचच मिनिटानं त्या मुलांसह प्राचार्यांना चेअरमन साहेबांचं बोलवणं आलं. जाधव व सुर्वे आत होते. प्रथम प्राचार्य आले.

''सर आत येऊ?''

''या बसा. काय झालं?''

''काही नाही, जाधवांनी काल काही मुलांना मारलं, शिवीगाळ केली.''

''अस्स!''

''होय साहेब विद्यार्थी बाहेर आले आहेत.''

''तुम्ही काय केलंत प्राचार्य म्हणून?''

''मी खरं खोटं विचारत होतो.''

"विचारत होता की खऱ्याचं-खोटं करत होता? प्राचार्य तुम्हाला लाज नाही वाटत, स्वत: काही करायचं नाही. करतात त्यांना उलटं घ्यायचं, त्याचे हात पाय तोडायचा प्रयत्न करायचा. कसली विद्यार्थ्यांची बाजू घेता? काय करायचं तुम्हाला? हे बघा येथून पुढे होस्टेलच्या मामल्यात पडायचं नाही. जाधव करतात ते योग्य आहे. समजलं."

"हो सर!"

"बोलवा विद्यार्थ्यांना."

विद्यार्थी थरथरतच आत आले.

"या या, काय सत्कार करूया तुमचा? काय रे काय मस्ती आलेय? आई बापानं शिकायला पाठवलंय की जेवताना ताट फेकायला? हे अधिकारी होणार! यांना साधी वाढणारी पोरं शिव्या घालतात, हे काय अधिकारी होणार? लाज बाळगा. नालायकांनो, आईबाप तिकडे गांडीत चिखल जाईपर्यंत राबतात, तुम्ही इकडे थिल्लरपणा करत, दंगा करत राहा. नापास झालात की शिक्षकांच्या नावानं बोंब करायची, आम्हाला मुद्दाम नापास केलं म्हणून."

"काय रे, काय झालं पाटील?"

"काही नाही सर."

"मग?"

मुलं गप्पच.

"प्राचार्य या सर्वांना होस्टेलमधून काढून टाका. आज संध्याकाळपर्यंत होस्टेल खाली झालं पाहिले. राहू दे यांना बाहेर, मग कळेल."

" सर माफ करा. परत होणार नाही."

चेअरमन चिडले होते.

"ताट, वाट्या, पेले का फेकत होता? तुमच्या बापानं आणलेत काय? जाधव उद्यापासून ताट, वाटी, पेला विद्यार्थ्यांनं स्वत:ची आणायची. स्वत:च धुवायची व खोलीवर घेऊन जायची, समजलं? सुर्वे, आपली ताटे व इतर सर्व मोजून ठेऊन घ्या."

मुलं हादरलीच, बाहेर राहायचं म्हणजे ना कोण झाडणार, ना पाणी, ना जेवण चांगल.

"सर माफी मागतो."

"कशाची?"

"काल जे आम्ही केलं त्याची."

"म्हणजे तुम्ही केलंत?"

"होय सर!"

"मग खोटं का बोलत होता?"

मुल गप्प.

"काय हो प्राचार्य?"

प्राचार्य खाली मान घालून गप्प.

"तुम्हाला काय वाटतं, ही शहाणी मुलं आहेत?"

"का करत होता तसे. अरे ताटे, वाट्या फेकता, कांदे, गाजर खायचे ते फेकता, अरे, भीक मागाल अशानं. वाढणारी मुलं कुठे? तुम्ही कुठे? कोणत्या पातळीवर जाता? की तुम्हाला पातळीच नाही?"

एक मुलगा चेअरमन साहेबांच्या पायावरच पडला व रडायला लागला.

"माफ करा सर."

"चला! अरे मी काय तुमच्याकडून स्वप्न बघतोय? तुमचे आई-वडील काय विचार करत असतील व तुम्ही काय करता? काय करावं काय करू नये हेही या वयात तुम्हाला कळू नये? चला.........."

"प्राचार्य, अंमलबजावणी करा आणि स्वतःचा विद्यार्थी तसा स्वतःचा स्टाफ असतो. उगीच विद्यार्थ्यांची बाजू घेऊ नका. आम्ही किंवा जाधव यांचे शत्रू नाहीत. तुम्हीच फक्त हितचिंतक नव्हे. आम्हाला कळते."

"चूक झाली सर."

"चला."

दुसऱ्या दिवशी ही बातमी विद्यार्थ्यांमध्ये झाली. नोटीस लागली. सर्व ताटं, वाट्या, पेले कुलपात बंद. विद्यार्थी स्वतः ताट, वाटी, पेला घेऊन येऊ लागले.

काही काही वेळा, स्वतःच्या कर्मानं माणूस स्वतःच्या पायावर कुऱ्हाड मारून घेतो, तसं विद्यार्थ्यांचं झालं. करतो एक व भोगावं सर्वांना लागतं. होस्टेलमध्ये असंच झालं व होतं.

सकाळी चहा, नाष्टा, दुपारी जेवण, संध्याकाळी चहा व रात्री जेवण विद्यार्थ्यांची कमिटी करून आठवड्याचा मेनू ठरवायचा आणि त्याप्रमाणे सुर्वे यांनी वेळापत्रक पाळायचं असे चालले होते.

❖❖❖

एका रात्री वॉचमन मला बोलवायला आला, विद्यार्थ्यांची भांडणे झाली आहेत. मी ताबडतोब पीटी टीरचला फोन केला आणि बोलाऊन घेतले व रात्री एक

वाजता गेलो. लाईट घालऊन सर्व झोपले होते. मी सर्वेंना उठवले. दुसऱ्या व तिसऱ्या वर्षाच्या मुलामध्ये भांडण झालं होतं. एकमेकांच्या अंगावर धावून जाऊन मारामारी केली होती. व्हरांड्यातील एक ट्यूब फोडायची शिल्लक नव्हती. सर्वांना उजेडात घेतले कोण काही कबूल होइना.

"उद्या सकाळी प्राचार्यांच्या ऑफिसमध्ये या."

दुसऱ्या दिवशी प्राचार्यांच्या कार्यालयाबाहेर दोन वर्गाचे विद्यार्थी जमले. मी प्राचार्यांच्या चेंबरमध्ये गेलो.

"जाधव, आज काय आणलीत भानगड?"

"आणली नेहमीची. रात्री भानगड केली दोन वर्गांनी मिळून."

"काय म्हणता?"

"होय, बाहेर आलेत सर्व जण."

"चला बाहेरच जाऊ या."

प्राचार्य बाहेर आले.

"बोला काय केलंत?"

सर्व विद्यार्थी खाली मान घालून उभे होते.

"अरे शिकायला आलात की हाणामाऱ्या करायला? कशासाठी हे करता? काय मिळतं असं करून? एवढी अंगात मस्ती आहे, खुमखुमी आहे तर जा ग्राऊंडवर खेळा. हे काय आपसात उगीच भांडत बसता. काय रे कांबळे?"

"नाही सर मी नव्हतो."

"मग कोण होतं?"

कांबळे गप्प.

"पाटील काय?"

पाटील गप्प.

"जाधव काय करायचं?"

"तुम्ही ठरवा सर! पण रात्री एक एक वाजता हे लोक जर दंगा करत असतील तर कसं व्हायचं यांचं? अभ्यास वगैरे काही नसतो काय?"

"मी तेच म्हणतो."

"अहो सर, आभ्यास केला तर खूप आहे. पण करायचाच नाही."

"सी.आर. कोण आहेत रे, पुढे या."

प्राचार्यांच्या दमान दोघं बाहेर आले.

"हं! काय वाघमारे, तू महाडिक ना?"

“होय सर!”

“काय रे, काय झालं?”

“सर, तसं काही कारण नव्हतं.”

“मग, कसं काय झालं?”

“एकमेकांना खुन्नस दिली.”

“खुन्नस म्हणजे?”

“दोघांचं मेसमध्ये काहीतरी झालं.”

“कोण दोघं?”

दोघेही गप्प.

“अरे दोघांचे कोणाचे?”

“जाधव यांना चेअरमन साहेबांच्या समोर उभे करा. त्यांच्या शिव्या खाल्ल्याशिवाय...”

“नको सर. दुधाळे व तांदळे यांचे काहीतरी मेसमध्ये झाले. तांदळेला विचारायला आम्ही गेलो. मग दुसऱ्या वर्गाची मुलं जमली आणि धक्काबुक्की झाली परत होणार नाही.”

“जाधव, लिहून घ्या यांचे ‘परत असं घडणार नाही.’ चला सर्व वर्गात.”

मी रेक्टर झाल्यापासून मुलांची बरीच अडचण झाली होती. बरं चेअरमनसाहेब मी म्हणेल ते करत होते. त्यामुळे हळूहळू माझा दरारा वाढत होता पण मी रात्रंदिवस काम करत होतो. फक्त रेक्टरच नाही तरं प्राध्यापक म्हणून चांगले काम होते. पण संस्थेत एक असते, जो प्राध्यापक प्राचार्यांच्या जवळ असतो त्यांच्या जवळ कोण जात नाही. मी चेअरमनच्या जवळचा होत होतो. त्यामुळे मला जरा इतर प्राध्यापक वचकून असायचे. काही बोलायचे नाहीत.

‘लेडीज होस्टेल’ जरा लांब बांधलेलं आहे. चेअरमन साहेबांच्या निवासस्थानापासून जवळ, म्हणजे लक्ष देता येईल. तिथे चेअरमन साहेबांचे एक जवळचे जुने जाणते याच गावचे, सर्व जण त्यांना ‘अप्पा’ म्हणायचे. त्यांना राहायला एक स्वतंत्र खोली, जेवण वगैरे सर्व तिथेच मिळत होते. त्यासमोर लेडीज होस्टेल होते. जसे जसे कॉलेजजवळील रामसृष्टी फार्मवर होस्टेल्स झाली त्या वेळी एक एक वर्ग तिकडे हलवला.

अप्पा मुला-मुलींना काट्यांवर धरायचे शिव्या द्यायचे. मुलांच्या सारख्या तक्रारी थेट चेअरमनसाहेबांच्या कडे यायच्या. अप्पा हे साहेबांच्या जवळचे असल्याने त्यांच्या नादाला कोणी लागत नसत. ही संधी साधून अप्पा कांहीही करायला लागले.

मुलांना तरी वाट्टेल त्या घाणेरड्या शिव्या देऊ लागले.

पहिल्या वर्षाची मुले ही जुन्या होस्टेलला ठेवली होती. कारण सिनिअर विद्यार्थ्यांच्याकडून त्यांच्यावर 'रॅगिंग' चे प्रकार होऊ नयेत. स्वत: चेअरमनसाहेब त्या होस्टेलवर जाऊन तास-तास बसायचे. विद्यार्थी विद्यार्थिनींची विचारपूस करायचे त्यामुळे मुलांच्यापेक्षा मुलींना सुरक्षा फार होती. मुलींची व मुलांची एकच मेस होती. त्यामध्ये काही घडू नये म्हणून मुलींना प्रथम जेवण व मुलींचे जेवण झाले की मुलांनी जायचे असा नियम केला होता. मी रेक्टर म्हणून वारंवार भेट देतच होतो.

एक दिवस मुंबईहून एका मुलीचे मामा-मामी आले. त्या मुलीच्या खोलीवर गेले. मामा मुंबईत राहिला होता त्यामुळे फारच सुधारला होता. त्यानं ते होस्टेल पाहिले. नंतर तो जेवायला गेला. मेसमध्ये मुलींची पंगत बसली होती. तिथेच त्यानं धिंगाणा घालायला सुरवात केली.

''कोण रेक्टर आहे? कोण प्राचार्य आहे? बोलवा नाहीतर संस्थाचालकांना बोलवा. आमची मुलं म्हणजे गुरं आहेत काय? जनावर आहेत काय? मुली का 'सेपरेट' जेवतात. मुला मुलीत का भेदाभेद? ही काय पध्दत झाली काय?''

इतरांची धावपळ झाली. मला सुर्वेचा फोन आला. मी लगेच गेलो. ते थेट मेसमध्ये. अप्पा होतेच. ते काही बोलेनात.

''कोण आलेत?''

''मी मी आलोय. तुम्हाला माहीत पाहिजे कोण आले ते.''

''तुम्ही कोण?''

''मी कोण? कोण का असेन!''

''सरळ बोला.''

मी चिडलो तसा तो खाली आला.

''मी मुंबईवरून आलोय.''

''मग?''

''तुम्ही कोण?''

''मी रेक्टर आहे इथला.''

''मुलींच्या हॉस्टेलला पुरुष रेक्टर कसा?''

''अहो हा संस्थाचालकांचा आदेश आहे.''

''मला अनेक प्रश्नांची उत्तरे पाहिजेत.''

''विचारा, मी देतो उत्तरे.''

''संस्था चालकच पाहिजेत.''

“ठीक आहे. मी संचालकांना बोलावतो.”

“मला चेअरमनच पाहिजे.”

“हे बघा तुम्ही कोण आहात, काय आहात हे मला माहीत नाही व जाणून घ्यायची इच्छा नाही. आजपर्यंत मुली इथं राहातात. आनंदान राहतात. तुमच्या मुलीची तक्रार काय आहे ती मला सांगा. त्या मुलीनं कधी सांगितलं नाही.”

“ती काय सांगणार? तिला काय कळतंय?”

“तुम्हाला कळतंय तुम्ही सांगा. पण ती इथं राहणार आहे. तिच्या अडचणी तिनंच सांगायच्या.”

“ती कशी सांगेल?”

“तोंडानं सांगू दे, लेखी देऊदे.”

“तुम्ही सोडवणार काय?”

“आम्ही प्राचार्यांना सांगू.”

“मग प्राचार्यांना बोलवा, प्राध्यापकांना बोलवा.”

मी लगेच सुर्वेंना प्राचार्यांना बोलवण्यास पाठवले. सर्व मुली जमल्या होत्या. सर्वांचे चेहरे भयभीत झाले होते. जिचा तो मामा होता, ती मुलगी फारच घाबरली होती.

मामाचा पारा क्षणाक्षणाला चढत होता. एवढ्यात प्राचार्य आणि प्राध्यापक आले. त्यामध्ये एक प्राध्यापिका होती. प्राचार्य तिथे आले.

“हा काय प्रकार आहे? मुली का जमल्यात?”

“यांना तुमच्याशी बोलायचं आहे.”

“हे कोण?”

“मी प्रत्येकाला सांगू काय माझी ओळख?”

“अहो तुम्ही का? कशासाठी, कोणासाठी आलात हे कळलं पाहिजे ना.”

“मी या मुलीचा मामा.”

“काय तक्रार आहे?”

“तक्रारी खूप आहेत.”

“सांगाल की नाही?”

“तुम्ही सोडवणार काय?”

“हो सोडवणार.”

“मग ऐका, ही मेस बघा.”

“काय झालं?”

"अशी मेस असते?"

"मग कशी असते?"

"अहो हे टेबल, खुर्च्या, खाली लादी वर छप्पर बघा हे सगळं आधुनिक पाहिजे. चकाचक पाहिजे."

"बरं आणखी काय?"

"मुलींची पंगत अगोदर, मुलांची नंतर का?"

"मग काय करावं असं तुमचं म्हणणं?"

"मुले मुली एकत्र पाहिजे. भेदाभेद नाही पाहिजे. आमच्या मुंबईत बघा येऊन. खोल्यासुध्दा सेपरेट नाही पाहिजेत."

"म्हणजे?"

"म्हणजे काय? या मुली मुलांच्या सोबत राहू शकतात."

प्राचार्य, मी, प्राध्यापक आवाक झालो. हा माणूस काय बोलतो हेच आम्हाला समजेना.

"बरं आणखी?"

"मुली जेवतात त्यावेळी त्यांनी मागायचं नाही. वाढणाऱ्याने येऊन विचारायचं. आणि प्राध्यापक हजर असले पाहिजेत. त्यांना काय हवं काय नको ते विचारलं पाहिजे. मुलींना पाहिजे त्यावेळी चहा मिळाला पाहिजे. तुमचा माणूस सतत फिरून मुलींच्या दिमतीला पाहिजे."

"आणखी काय-काय पाहिजे?"

"मुलींना ड्रेस कोड नको. काय लहान नाहीत. त्या कोणत्याही ड्रेसमध्ये येतील. मॉडर्न जमाना आहे. तुमचे विचार गावंढळ व बुरसटलेले दिसतात."

"अहो आम्ही ग्रामीण भागातील आहोतच."

"ते दिसतंच आहे."

"पुढे बोला."

"मुलींना वेळेचे बंधन नाही पाहिजे. रात्री कधीही येतील. त्यांना तुम्ही मज्जाव करायचा नाही. त्या आता सज्ञान आहेत."

"म्हणजे होस्टेलवर त्या रात्री बारा वाजता आल्या, रात्री दोन वाजता आल्या तरी?"

"हो त्यांना स्वातंत्र्य पाहिजे. त्यांच्यावर कोणतीही बंधन नाही पाहिजेत. कोणत्याही मुलाबरोबर त्या बोलतील. अगर रविवारी मुलं-मुली पिकनिकला जातील. त्यावेळी तुमची परवानगीची गरज नाही पाहिजे."

"काय बोलताय काय तुम्ही?"

"हो-हो मी बोलतोय तेच व्हायला पाहिजे. बऱ्याच मुलींची ही इच्छा आहे."

प्राचार्यांनी सर्व मुलींच्याकडे नजर फिरवली व विचारले,

"काय मुलींनो, मान्य आहे काय हे जे बोलतात ते?"

मुली गप्प बसल्या.

"पुढे बोला."

"प्राध्यापकांनी जेवताना मुलीच्या ताटात बघून जे नसेल ते वाढप्याला वाढायला सांगायचे. मुली मागणार नाहीत."

"ते सांगितलेच तुम्ही मगाशी, पुढं बोला."

"मुलींना घरी येण्याचे स्वातंत्र्य पाहिजे. त्या कधीही केव्हाही येतील. तुम्ही विचारणा करायची नाही."

"आणि ऐंशी टक्के हजेरीचं काय करायचं?"

"ते तुम्ही लावा. पैसे भरतोच आम्ही, फुकट शिकत नाही. मेहरबानी नाही."

ही पहिलीच वेळ होती. हा असला पालक मामा भेटला होता. त्यामुळे प्राचार्यांसह सर्वांना धक्का बसला. पण आश्चर्यही वाटले. हा काय प्रकार आहे हेच कळेना.

"आणि हो, तुम्हाला हे मान्य असेल व तुमच्याकडून जर हे प्रश्न सुटत असतील तर बघा नाही तर चेअरमनला बोलवा."

"ए अदबीन बोल. काय एकेरीत बोलतोस? तुला काय वाटलं, ते जर आले तर काय होईल माहीत आहे?"

"होऊंदे! काय वाघ आहेत काय?"

"ते कळेल, बोलवा रे साहेबांना."

शिपाई साहेबांना बोलवायला गेला, तोपर्यंत पाच वाजले होते. सर्व स्टाफ लेडीज होस्टेलवर जमला होता. कोण तो मामा बेफाम झाला होता. त्याच्यात सैतान संचारला होता. त्याचे विचारच काय वेगळे आणि गलिच्छ होते. मुलगी काहीही बोलायला तयार नव्हती. साहेबांची गाडी आली.

'साहेब आले, साहेब आले.' कुजबुज सुरू झाली. चेअरमन साहेब गाडीतून खाली उतरले.

"प्राचार्य काय प्रकार?"

प्राचार्यांनी सर्व माहिती सांगितली. मध्ये-मध्ये मामा बोलण्याचा प्रयत्न करत होता. पण साहेब हातानेच त्याला थांबवत होते. प्राचार्यांचे ऐकून घेतल्यावर

“या माणसाला आत घेतला कुणी? कोण हा?”

असा खड्या धारदार आवाजाने मामा हादरलाच.

“कोण म्हणजे, मी या मुलीचा मामा. मला कोणाची परवानगी लागत नाही.” कसा तरी तो बोलला आणि साहेबांची खाड्कन मुस्काटात बसल्यावर त्याच्या डोळ्यांसमोर काजवे चमकले. धडपडला परत उभा राहिला.

“एक अक्षर बोललास तर इथल्या इथं चिरून टाकीन. हरामखोर! प्राचार्य, पोलिसांना फोन करा की चोर लेडीज होस्टेवर घुसलाय म्हणून.”

“अहो मी मामा......”

“काय पुरावा? कुणाची परवानगी घेतली?”

“या मुलीला विचारा.”

“काय गं?”

‘काय गं’ एवढ्या जोरात साहेब बोलले, त्या मुलीची बोबडीच वळली. तिला चक्कर आली.

“आम्हाला शिकवता वसतिगृह कसे चालवायचे? तुमची पोरगी झग्यातून पडली काय? आणि पडली असेल तर आमच्या मुली कष्टातून आल्यात. त्यांच्यावर संस्कार आहेत. काय रे? आम्ही मुलं-मुली एकत्र ठेवायची काय?”

परत एक थोबाडात.

“काय समजतोस तू? कुठून आलास तू? अरे नालायका मुले शिकायला येतात की, पिकनिकला? प्राध्यापकांनी पहायचं काय? मुल-मुली एकत्र ठेवायची काय? ठेव हिला! कुठं तरी घेऊन जा आणि ठेव कोणत्याही मुलाबरोबर. पण इथं ही घाण नको. प्राचार्य, आत्ताच्या आता हिच्या वडिलांना फोन लावा. ए मुली, फोन दे.”

मुलीनं रडतरडत फोन दिला. प्राचार्यांनी फोन लावला.

“सांगा त्यांना, उद्या नऊ वाजेपर्यंत यायचं. नऊ वाजता कॉलेजमधून काढल्याची सर्व कागदपत्रं हातात मिळतील. नऊ वाजून तीस मिनिटांनी कायमचं होस्टेल व कॉलेज सोडायचं. नाही आलात तर ‘रस्टीकेट’ करण्यात येईल. मग रडत बसाल म्हणावं.”

प्राचार्यांनी तसाच्या तसा निरोप दिला.

“आणि मामा, एक मिनिट जर इथं थांबलात तर तंगड्या तोडून पोत्यात भरून पाठवीन समजलं. हाकला रे याला.सर्व मुलींना एकत्र केले आणि साहेबांनी सर्वांना समजाऊन सांगितले.

"बाळांनो, तुम्ही इथं शिकायला एवढ्या लांब येता. तुमची काळजी आम्ही घेतो. तुम्हाला कोणताही त्रास होऊ नये म्हणून आम्ही काही बंधने घालतो. उद्या काही झाले तर, पालक आम्हाला विचारणार. आम्ही शिस्त व बंधनं घातली नाहीत तर मुलेही मोकळी होतील. तुम्हालाच त्याचा त्रास भोगावा लागेल. मग जो काही प्रकार होत राहील त्यात तुमचं आयुष्य तर बरबाद होईल, शिवाय शिक्षण संपेल. आणि आई-वडिलांची बदनामी होईल. ज्या कारणासाठी तुम्ही इथं आलात, पैसे खर्च करून आई-वडिलांनी इथं पाठवलंय, ते काम पूर्ण करा. खाण्यापिण्यासाठी व चैनीत मौजमजा करण्यासाठी तुम्ही आला नाहीत. चार वर्षे तुमची जबाबदारी आमच्यावर आहे. तुमच्या चांगल्यासाठी व भल्यासाठी हे करतोय, हे लक्षात ठेवा."

सर्व मुली रडायला लागल्या 'सर आमचा काही दोष नाही'. म्हणून सांगायला लागल्या.

"अगं दोष नाही, तर त्या माणसाला तुम्ही आवरायचं, सांगायचं."

"तो ऐकायलाच तयार नव्हता."

"आता कसा वठणीवर आला. ठीक आहे. जा आता टेन्शन घेऊ नका."

चेअरमन साहेबांचे दोन पैलू मी आज पाहिले. पहिला जमदग्नीचा अवतार व नंतर एका पालकासारखेच मुलींना समजाऊन सांगणे.

"चला आता तुम्ही सर्व."

साहेब गाडीत बसून गेले. मी म्हणालो "वादळच आहे बाबा हे."

"अजून काय बघितलंत जाधव?"

प्राचार्य म्हणाले व गाडीला किक मारली.

दुसरे दिवशी सकाळी आठ वाजता प्राचार्य, मी व क्लार्क यांनी त्या मुलीची सर्व कागदपत्रे तयार केली. एक कॉलेज सोडत असल्याचा अर्ज त्या मुलीच्या व तिच्या बापाच्या नावानं तयार केला व होस्टेलवर गेलो. बरोबर नऊ वाजता एक गाडी आली त्यातून एक मध्यम वयाचे जोडप उतरले. मुलीचे सामान बांधून अगोदरच मुलीबरोबर होस्टेलच्या ऑफिसमध्ये आणून ठेवले होते.

ते दोघे उतरले आणि ऑफिसमध्ये आले. मुलगी बाकड्यावर बसली होती. त्यांना बघून ती रडायला लागली.

"गप-गप बाळा, काय झालं ते सांग?"

प्राचार्यांनी त्यांना सांगितले. एक काम करा. हिला घेऊन बाहेर त्या आंब्याच्या झाडाखाली दहा मिनिटे बोला. समजून घ्या व या

ते तिघं गेले. मुलगी त्यांना सगळ घडलेले सांगत होती. वडिलांना राग

आल्याचे जाणवत होते. दहा मिनिटांनी ती दोघं आली.

"सर, आम्ही माफी मागतो. तो हरामखोर हिचा मामा, हिचे वाटोळे करून गेला."

"अहो तो बोलत होता त्या वेळी या मुलीनही त्याला थांबवलं नाही."

"अहो तिला काही सुचलं नाही म्हणते."

"अहो दिवसभर धिंगाणा घातला. त्या वेळी निदान या मुलीने तुम्हाला फोन तरी करायचा."

"चुकलंच ते तिचं, आता?"

"या अर्जावर सही करा."

"काय आहे."

"कॉलेज सोडण्याचा अर्ज."

"साहेबांना भेटू काय?"

"नको, काही उपयोग नाही. नाहीतर 'रस्टीकेट' करण्याचे आदेश आहेत."

त्या बिचाऱ्यांनी सही करून मुलीला गाडीत बसवलं, सामान ठेवलं आणि नमस्कार करून बरोबर नऊ तीसला होस्टेल सोडलं.

❖❖❖

"बघा जाधव, करतो कोण आणि कोणाला भोगायला लागतं. पाहिलतं अति सुधारणावादी असणं कसं धोक्याचे आहे ते. पाहुणेसुध्दा चांगले असावे लागतात." इतक्यात शिपाई पत्र घेऊन आला. एक प्राचार्य, एक रेक्टर व लेडीज होस्टेलच्या नोटीस बोर्डावर लावलं. 'बाहेरच्या एकाही व्यक्तीला प्राचार्यांच्या परवानगीशिवाय कोणत्याही होस्टेलवर येण्यास मज्जाव' खाली चेअरमन साहेबांची सही.

दुसऱ्याच दिवशी कॉलेजवरील वातावरण एकदम गंभीर झाले. मुली घाबरल्या. पण मुलंही घाबरली. काय होऊ शकतं याची कल्पना त्यांना आली. आपण जर शिस्त मोडली तर काय घडू शकतं याचा अंदाज त्या विद्यार्थ्यांना आला. ते आगाऊपणा करत होते त्यांना तर हे उदाहरण झाले. त्यामुळे काही दिवस अत्यंत शांततेत गेले. 'लेक्चर्स', 'प्रॅक्टिकल्स' व्यवस्थित सुरू होती. माझी 'होस्टेल' भेट रोज सुरू होतीच. पण तसं काही काम नव्हतं.

सेमिस्टरची परीक्षा सुरू झाली. ती सुरळीत पार पडली. मुलामुलींना सुट्टी सुरू झाली. होस्टेल खाली झालं. मलाही घरी जावं असं वाटत होतं. प्राचार्यांना तसं मी सांगितलं.

"अहो जाधव, तुम्ही चेअरमनसाहेबांना विचारा."

"तुम्हीच सांगा साहेब."
"मी नाही रे बाबा."
"सर प्लीज, आल्यापासून मी गेलो नाही."
"बरं बरं, चला जाऊ या साहेबांकडे."
आम्ही दोघंही चेअरमन साहेबांच्या कडे गेलो.
"साहेब सेमीस्टर संपली, आठ दिवस मध्ये सुट्टी आहे. स्टाफला सुट्टी घ्यायची काय?"
"अहो दिवाळीची सुट्टी घेतलीत ना चार दिवस?"
"होय साहेब! पण स्टाफची इच्छा."
"त्यांची इच्छा असणारच हो. आणि थांबून तरी काय करणार? कधी बागेत, शेतात जाऊन पाहणी करणार आहेत? जा म्हणावं, पण दोन दिवस अगोदर या म्हणावं."
"जाधवना?"
"त्यांनाही जाऊद्या. पण जाण्यापूर्वी होस्टेल बघून जा जाधव."
आम्ही बाहेर पडलो.
"जा जाधव, होस्टेलवर जा."
मी होस्टेलला गेलो. सुर्वे तिथे होते. त्यांनी जाधवांना सर्व होस्टेल फिरून दाखवले. विद्यार्थ्यांनी सर्व वह्या, नोट्स, कागद, रद्दीसारखं बाहेर फेकून दिलं होतं. सगळीकडे अस्ताव्यस्त पडलेले सर्व कागदाचे ढीगच. होस्टेलच्या कामगारांना एकत्र करून त्यांचे गठ्ठे बांधून ते स्टोअरमध्ये ठेवायला सांगितले.
"सुर्वे सुट्टीच्या दिवसांत होस्टेल धुऊन घ्या. आणि रंगरंगोटी करून घ्या." असे सांगून मी गावी आलो. सुट्टी संपायच्या आत मी कामावर हजर झालो. साहेबांना भेटलो. प्राचार्य आले होते. त्यांना भेटलो. इतर प्राध्यापकही आले. उद्यापासून कॉलेज सुरू होणार म्हणून आम्ही तयारी करत होतो.

❖❖❖

कॉलेज सुरू झालं. पहिल्या दिवशी कोणीच नाही. बराच वेळ आम्ही वाट पाहिली आणि दहाच्या सुमारास कॉलेजचा 'जीएस्' विनय पाटील आला. अत्यंत श्रीमंत घराण्यातील. गाडी घेऊनच कॉलेजवर यायचा. त्याच्या आजूबाजूला कायम मुलं असायची. मुलांना दमदाटी करणे, इतरांना रॅगिंग करायला लावणे. ग्रुप करून तासन्‌तास गप्पा मारत उभे राहणे, असले अनेक धंदे करायचा. एक घर घेऊन गावात राहिलेला. आला तो सरळ प्राचार्यांच्या खोलीत,

“सर आत येऊ?”

“ये ये पाटील, काय?”

“काय नाही मुलं आली नाहीत.”

“का?”

“काही माहीत नाही.”

एवढ्यात एक प्राध्यापक आले.

“सर ‘कॉमन ऑफ’ घेतलाय.”

“काय?”

“आताचं मला कळलं.”

“काय रे पाटील, खरं आहे काय?”

“मला माहीत नाही सर. मी आपला रेग्युलर आलोय.”

“बरं थांब इथंच, आलो.”

प्राचार्य उठले ते थेट चेअरमन साहेबांकडे.

“साहेब मुलं ‘कॉमन ऑफ’ वर गेलीत.”

“काय? ही काय नवीन पध्दत?”

“सरकारी कॉलेजला असंच करतात सर.”

“आपल्याकडे असे चालणार नाही.”

“मग सर?”

“स्टाफला बोलवा ताबडतोब.”

शिपाई गेला सर्व स्टाफला बोलवलं.

“काय प्राध्यापक, काय प्रकार?”

“साहेब हे ठरवून झालंय.”

“म्हणजे?”

“पाटील जीएस् फक्त आलाय.”

“म्हणजे?”

“त्यानंच मुलाना सांगितलय की तुम्ही येऊ नका. मी जातो मग मलाही जायला सांगतील. आठ दिवसांनी आपण येऊ या.”

“हे तुम्हाला कसं कळलं?”

“आमच्या गावचा एक विद्यार्थी आहे, त्यांच्या वडिलांचा फोन मला आला होता.”

“साहेब काय करायचं?”

“काय करायचं म्हणजे? लेक्चर घ्यायची. या पाटलाची हजेरी कशी आहे प्राचार्य?”

“साहेब, मध्यंतरी त्याची आजी वारली, तो पंधरा दिवस नव्हता.”

“बास सर्वांनी त्याचे एकट्याचे ‘लेक्चर’ व ‘प्रॅक्टिकल’ घ्यायचे पूर्ण वेळ. प्राचार्य त्याला बोलवा. सांगा तुझी हजेरी भरत नाही. जर तू येथून पुढे गैरहजर राहिलास तर तुला फायनल परीक्षेला बसता येणार नाही. बघा काय चमत्कार होतो.”

त्याप्रमाणे त्या पाटील विद्यार्थ्यांला प्राचार्यांनी सांगितले व रोज एकट्याचे ‘लेक्चर’ व ‘प्रॅक्टिकल’ सुरू झाले. दोन दिवस गेले असतील सर्व विद्यार्थी हजर झाले. सर्वांना प्राचार्यांनी बोलवलं. मलाही बोलवलं. आम्ही व विद्यार्थी चेअरमन साहेबांकडे गेलो.

“काय कॉमन ऑफ घेता? कुठला रोग आणता? कॉलेजवर शिकायला येता की गावात मजा मारण्यास राहायला जाता, मग येता कशाला? गावाची एवढी आवड आहे तर जा सोडून कॉलेज. जाधव यांना होस्टेलवर घेऊ नका.”

“सॉरी सर, परत असं करणार नाही.”

“चूक झाली सर आमची.”

“तुमच्या पालकांनाच बोलवतो.”

“नको सर”

“ठीक आहे, मला प्रत्येकाने लेखी द्या. परत असं करणार नाही म्हणून जा तुम्ही.”

सर्व विद्यार्थी गेले.

“सर, होस्टेलचे काय करू?”

“अहो जाधव, तसं म्हणायचं असतं.”

“म्हणजे?”

“प्रत्येक गोष्ट काय मनावर घ्यायची असते काय? कधी कधी दम देऊन सोडून दयायचे.”

“बरं बरं सर, आलं लक्षात माझ्या.”

❖❖❖

दुसरी सेमिस्टर सुरू झाली. विद्यार्थी तसे आरामात होते. काही दिवसांत परत मेसमध्ये वाद सुरू झाले. जेवणाच्या असंख्य तक्रारी, मेस व्यवस्थापक, कामगार, आचारी यांच्यावर तक्रारी सुरू झाल्या. विद्यार्थ्यांनी अर्ज प्राचार्यांच्याकडे दिला. प्राचार्यांनी मला बोलाऊन घेतले.

"रेक्टर, हा अर्ज बघा."

त्यांनी तो कागद माझ्या हातात दिला. मी सह्या व नावं पाहिली. पूर्वीचेच ते विद्यार्थी होते.

"सर तुम्ही सर्व विद्यार्थ्यांची सभा घ्या."

त्याप्रमाणे संध्याकाळी सहा वाजता सर्व मुले एकत्रित जमली. प्राचार्य, मी, दोन मॉनिटर व एक दोन प्राध्यापक, सुर्वे, आचारी सर्वच जमले.

"बोला तुमचं काय म्हणण आहे."

कोणीच काही बोलेनात.

"अरे तुम्ही अर्ज दिलाय ना?"

"हो!"

"मग बोला, तुम्ही बोलला तरच कळेल आम्हाला काय सुधारणा करायच्या त्या."

एक मुलगा उभा राहिला.

"सर, चपात्या चांगल्या नसतात."

"तू कुठला रे?"

"कोल्हापूरचा."

"मग बरोबर. पुढे?"

"सर भाजी चवदार नसते."

"म्हणजे?"

"चटकदार नसते."

"अरे ती काय मिसळ आहे काय?"

"नाही पण सर.........."

"कधी कधी भात कच्चा असतो."

"आमटीवर कट नसतो."

"सर, जेवायला एकदम मुलं येतात. त्यामुळे सर्वांचीच गडबड उडते."

"सर, चार वेळा तरी नॉनव्हेज पाहिजे."

"सर, मग नॉनव्हेज वाल्यांचे वेगळं बिल काढा."

"सर, पिण्याचे पाणीच मिळत नाही."

"सर, सुर्वे आम्हाला वाट्टेल त्या शिव्या देतात."

असंख्य प्रश्न मुलांनी मांडले.

"बोला रेक्टर जाधव, काय करायचं?"

“तुम्ही सांगा सर, काय करायचे ते?”

“अहो, तुम्ही हे प्रश्न सोडवले पाहिजेत.”

“सोडवायचे कसे? सर प्रत्येकाला वेगवेगळे जेवण लागते. कुणाला चपाती कडक तर, कुणाला मऊ, कुणाला डाळ जास्त तर कुणाला कमी, कोणाला एकदम कट पाहिजे, तर कुणाला अजिबात तेल नको. कोणाला ब्रॉयलरच मटण तर कोणाला बकऱ्याचं किंवा मेंढ्यांच. कोणाला ताक पाहिजे तर कोणाला दही.”

“हे भलतंच गणित आहे.”

“प्राचार्य साहेब. प्रत्येक जिल्ह्यांतील लोकांना वेगळं पाहिजे. कसं जमणार? यांना काहीही करून घाला, गोड लागणारच नाही. कारण यांना भूकच नसते.”

“कशी काय?”

“विचारा यांना.”

“काय रे?”

कोण काहीच बोलत नाही

“रेक्टर भूक नाही कशी म्हणता?”

“सर हे लोक बरोबर रात्री साडेसात, आठ वाजता ‘चायनीज’ खायला फाट्यावर जातात. पोटभर चायनीज खातात. साडेआठ-नऊ वाजता जेवायला जातात काय भूक लागणार? भूक नसल्यावर पंचपक्वान्नसुध्दा यांना कडूच लागणार.”

“काय रे?”

कोणी बोलतंच नाहीत.

“बोलणारच नाहीत हे. नेहमी बघतोय सर मी. दुपारी बारा वाजता प्रॅक्टिकल्स् व लेक्चर्स सुटली की हे थेट येत नाहीत. सरळ वडापाव सेंटरवर. दोन दोन वडापाव खाणार, चहा पिणार मग येणार होस्टेलवर जेवायला. काय जेवण जाणार व गोड लागणार. ज्या मुलांना केव्हा खावे, केव्हा खाऊ नये हे कळत नसेल तर काय सांगायचे? ही काय लहान आहेत?”

“खरं आहे तुमचं, हे बघा मुलांनो, जेवण चार-पाचशे लोकांचे करायचे. कधी कधी ते बिघडत असेल, चांगल होत नसेलही पण, आपल्या घरात नाही काय होत? आपण इथ जेवायला आलो नाही, हे प्रथम लक्षात ठेवा.”

“सर, बिलसुध्दा फार येतं.”

एक विद्यार्थी धाडसानं बोलला.

“काय सुर्वे?”

“सर, तुम्ही या मुलांच्या मधून कमिटी नेमा, त्यांना खरेदी करायला सांगा,

त्यांना बिल काढायला सांगा.''

काही मुलांना तेच पाहिजे होते.

''चालेल-चालेल.'' अशी आरडा ओरड झाली.

मग कमिटी नेमली सूर्यकांत पाटील मेसप्रमुख व इतर मेंबर अशी सात लोकांची कमिटी केली.

''उद्या एक तारीख आहे. पाच तारखेपर्यंत मी पैसे गोळा करून देतो. तुम्ही खरेदी करा.''

''चालेल ना?''

प्राचार्यांनी जोरात विचारले.

''हो सर!''

''पुढे आणखी?''

''सुर्वे, आचारी व मुलं आमच्याशी भांडतात.''

''काय हो सुर्वे?''

''सर, हे त्या मुलांना काय वाटेल त्या शिव्या देतात. मग कोण ऐकणार? मग वाढणारी मुलंही देतात.''

प्राचार्य जरा गंभीर झाले.

''काय रे तुम्ही विद्यार्थी, भविष्यात साहेब होणार या पोरांच्या नादाला कशाला लागता? काही तरी लाज बाळगा, 'स्टेटस' ठेवा.''

''पण सर, सुर्वे शिव्या देतात.''

''चेअरमन साहेब सांगतील त्यांना.''

''गर्दी होते त्याचं काय सर?''

''जाधव, काय करता येईल?''

''प्रथम वर्षाच्या मुलांनी साडेसात ते साडेआठ. द्वितीय तृतीय वर्षाच्या मुलांनी त्यानंतर व शेवटी सिनिअरच्या विद्यार्थ्यांनी जेवायला जावं.''

''पिण्याच्या पाण्याची सोय मी साहेबांना सांगून दोन दिवसांत करतो.''

''चपात्या कच्च्या असतात. याचे कारण प्रत्येकाला गरम चपाती पाहिजे. आम्ही त्यामध्येसुध्दा सुधारणा करत आहोतच. तोही प्रयत्न करू.''

''आता काय प्रश्न?''

''सर, मोटरसायकल रात्री आत घेत नाहीत.''

''कुठं बोंबलंत जाता रे रात्री? जाधव हे भलते लाड नाही पाहिजेत. जे नऊच्या नंतर गाड्या घेऊन येतील उद्यापासून त्या गाड्यांचे नंबर चेअरमन साहेबांच्याकडे

द्या. त्यांच्या किल्ल्या घ्या व जप्त करा.''

ज्याने विषय मांडला त्याला नंतर इतरांनी शिव्याची लाखोली वाहिली.

रात्रीच्या सर्व गाड्या बंद झाल्या. विद्यार्थी साडेनऊ वाजताच होस्टेलवर दाखल होऊ लागले.

❖❖❖

सिनिअर विद्यार्थ्यांचे बारीकसारीक रॅगिंगचे प्रकार माझ्या कानावर येऊ लागले पण घाबरून कोण काहीही सांगायला तयार नव्हते. मी रोज होस्टेलला जायचो पण मला काही कल्पना येईना. मीसुध्दा विचार केला जो पर्यंत आपल्यापर्यंत येत नाही तोपर्यंत आपण कशाला त्याचा विचार करा.

सकाळी दहा वाजण्याची वेळ होती. आम्ही सर्व प्राध्यापक आपले-आपले क्लास घेण्यात मग्न होतो. प्राचार्य त्यांच्या कार्यालयात होते आणि चेअरमन साहेब त्यांच्या चेंबरमध्ये होते. एवढ्यात शंभर एक लोक गडबड करत काहीतरी जोरजोरात बोलत चेअरमन साहेबांच्या ऑफिसकडे जात होते. आम्ही सर्व बाहेर आलो. मुलांना सोडलं. एकच गर्दी उसळली. आम्ही चेअरमन साहेबांच्या ऑफिससमोर गेलो ती मंडळी थेट चेअरमन साहेबांच्या ऑफिसमध्येच गेली.

''अरे बबनराव, काय आणलंत?''

''सर, हा मुलगा तुमच्या कॉलेजमध्ये तिसऱ्या वर्षात आहे. त्याला चौथ्या वर्षाच्या काही मुलांनी मारहाण केली. त्याला काही शिव्या दिल्या, त्याला धक्का बुक्की केली. हा आमच्या वाडीतला मुलगा आहे. ज्या कोणी केले त्याला आमच्या ताब्यात द्या.''

''थांबा, त्याला बोलू द्या बबनराव!''

''बोल रे तुझं नाव काय?''

''पराग रोकडे.''

''बरं, कोणी तुला मारलं?''

''सर इनामदार, जहागीरदार, पाटील ही मुलं होती.''

''साळुंखेसर, त्या पोरांना आमच्या हवाली करा.''

गर्दीतून एक जण ओरडला.

''हा हा आमच्या हवाली करा.''

''काय तुमच्या हवाली करायचं? हे कॉलेज आहे गाव नव्हे. इथं नियम आहेत. मुळात तुम्ही सर्व जण जमून कॉलेजमध्ये घुसलात, हाच मोठा गुन्हा आहे.''

''अहो तुम्ही आमचे ना सर?''

“हो मी तुमचाच, पण तुम्हीही तसे वागा, बोला.”

“गप्प बसा रे, कोणी बोलू नका. तुम्ही सर एक काम करा. आमच्या समोर तरी ती मुलं आणा.”

“बबनराव, ती मुलं शोधून आणायला वेळ लागेल. मी बघतो काय करायचे ते.”

“चला रे, हे काय करणार नाहीत.”

“हो हो, हे त्या मुलांना पाठीशी घालणार.”

“पोलिस केस करूया.”

“फौजदारी करूया, मग समजेल यांना.”

“अहो बबनराव, हा तुमचा मुलगाही या महाविद्यालयाचा विद्यार्थी आहे. ती पण मुलं विद्यार्थी आहेत. आपण मिटवू या, त्यांना मी योग्य ती शिक्षा करेन.”

“अहो, हे सर काहीही करणार नाहीत. चला आपण पोलिस स्टेशनला जाऊ.”

“चला रे चला,” म्हणून सर्व निघाले. आणि पोलिस स्टेशनला गेले.

नेमके पुढारी आत गेले.

“नमस्कार इन्स्पेक्टर भोसले साहेब!”

“नमस्कार! बोला.”

“हा विद्यार्थी.”

“कुठला?”

“आमच्या साळुंखेसरांच्या कॉलेजचा.”

“बरं मग?”

“त्याला काही विद्यार्थ्यांनी मारलं.”

“मग प्राचार्यांकडे जायचं.”

“आम्ही गेलो होतो.”

“मग?”

“त्यांनी मिटवामिटवी करा असे सांगितले.”

“म्हणजे तुम्हाला वाढवायचं?”

“होय!, त्या मुलांना शिक्षा झाली पाहिजे. अहो बाहेरून येऊन इथे दादागिरी करतात म्हणजे काय?”

“द्या अर्ज.”

मग त्यांनी अर्ज केला, तो इन्स्पेक्टरनी पाहिला.

"ठीक आहे चौकशी करतो. त्यांना बोलवतो. तुम्हालाही हजर राहावं लागेल, या तुम्ही."

या गोष्टीचा परिणाम म्हणजे कॉलेजचे वातावरण तापले, मुलं फाट्यावर यायची, रस्त्यावर यायची बंद झाली. मी चौथ्या वर्षाच्या पोरांना भेटून प्रकार विचारला. तो खरा होता. मग त्यातील काही विद्यार्थ्यांना चेअरमन साहेबांना भेटायला सुचवलं. त्याप्रमाणे मी व चार विद्यार्थी भेटलोही. त्यावर चेअरमन साहेबानी त्यांची हजामत केली.

"काय गरज होती तुम्हाला त्या मुलाला मारायची, बोलायची. तो लोकल मुलगा आहे. आता ती माणसं खवळलीत. तुम्हाला धरून कुठंही मारू शकतात. फक्त माझ्याकडे बघून ती गप्प आहेत. किती कराल? अरे कॉलेज लाइफ म्हणजे काय? हेच काय?"

"चुकलं सर, परत नाही करणार."

"चला! बघू उद्या."

रात्री मी होस्टेलवर गेलो, चक्कर मारली. अगदी शांतता होती. कोणी शब्द काढत नव्हतं. कारण होस्टेलवर स्थानिक लोक मारायला येणार अशी कुणीतरी बातमी उठवली होती. त्यामुळे खोलीच्या बाहेर कोणी येईना. मी चेअरमन साहेबांना फोन केला.

"साहेब असं असं ऐकतोय."

"त्यांचा बाप आला पाहिजे. मी मेलो नाही अजून. एवढं धाडस ते करणार नाहीत."

मी थोडा वेळ थांबलो आणि घरी आलो. सकाळी सहा वाजता वॉचमन उठवायला आला.

"सर चला होस्टेलवर गडबड झाली."

मी कपडे घातले आणि प्राचार्यांना फोन केला व होस्टेलवर पोचलो. सर्व विद्यार्थी एकत्र जमले होते. सर्व घाबरले होते.

"काय झालं रे?"

"चला सर", म्हणून ज्युनिअरच्या एका मुलाच्या खोलीवर गेलो. जहागिरदार त्याचं नाव. त्याच्या पायावर ब्लेडने कापले होते. जवळ रस्सी व काठी पडली होती.

"काय झालं काय?"

जहागिरदार सांगू लागला ''सर रात्री कुणीतरी माझे पाय बांधून मला धारधार चाकून वार केले. काठीन पायावर, डोक्यावर, पाठीवर मारलं व पळून गेले.''

''इतर मुलं कुठं होती.''

''सर्वांच्या खोल्यांना कडी घातली होती. त्यामुळे काही करता येईना. माझ्या खोलीत ते घुसले. मग मी सकाळी कांबळेंना फोन केला तर त्याला कळले की बाहेरून कडी आहे. त्याने मलाच परत फोन करून सांगितले. तूच काढ कडी बाहेरून. मी कसा तरी उठलो व त्याची कडी काढली. त्यांने इतरांच्या कड्या काढल्या. मी खाली पडलो. मुलांनी मला परत नेऊन कॉटवर झोपवला.''

काय प्रकार लक्षात येईना. मी सुन्न झालो. असला प्रकार कधीच झाला नाही. हा हा म्हणता ही बातमी सर्व ठिकाणी पसरली, मुलांनी त्याला दवाखान्यात नेले व तेथून त्याला पोलिस स्टेशनला दाखल केले.

पराग रोकडे व इतर अशी फौजदारीच घातली आणि मला फौजदारांचा फोन आला. मी प्राचार्यांना पाठवलं. तोपर्यंत कालची मंडळी सर्व तिथे जमलीच होती.

''हे पहा मंडळींनो, दोघांच्या तक्रारी आलेत. कायद्याप्रमाणे आता जे काय होईल ते होईल. कोणीही मस्ती करायचा प्रयत्न केलात अगर कॉलेज आवारात परवानगीशिवाय गेलात, अगर विद्यार्थ्यांना हात लावलात तर तुम्हा सर्वांवर गुन्हा दाखल होईल. कायदा हातात घेऊ नका, चला.''

फौजदाराच्या दमबाजीने सर्व जण नरमले, माघारी परतले.

नंतर आम्ही चौकशी केली. आम्हाला समजले की जहागीरदार यानेच कड्या घातल्या आणि स्वत:च पायावर ब्लेड मारून घेतले होते. त्याला पाटीलने ही युक्ती सुचवली. फौजदारीचीसुध्दा कल्पना पाटलाची. पाटील विद्यार्थीच तसा होता. करून सवरून नामानिराळा रहायचा.

फौजदाराच्या दमामुळे प्रकरण तिथ थांबलं. ती विद्यार्थी मंडळी पास होऊन गेली आणि तो रोकडेसुध्दा पास होऊन गेला.

तो एम्पीएस्ची परीक्षा पास झाला. त्याला पी.एस.आय.चा कॉल आला आणि ट्रेनिंगच्या वेळी त्या त्या पोलिस स्टेशनचे रेकॉर्ड मागतात त्या वेळी त्यांच्यावर फौजदारी दावा. चांगला दोन वर्षे लटकला. वाट्टेल ते केले पण काहीही जमले नाही. गृहमंत्र्यांपर्यंत वशीला लावला. पण उपयोग झाला नाही. त्यावेळी त्याला मी सांगत होतो की 'पोलिस केस करू नका.' वाडीतील लोक ऐकायला तयार नाहीत. नुकसान मुलाचं झालं. चेअरमन साहेबांकडे गेला त्यांनी सांगितले वाडीतले पुढारी घेऊन जा

कुठे ते आणि सोडव हा प्रश्न.

अप्पा जुन्या होस्टेलवर राहात होते. जिथं मुली राहात होत्या तिथ विद्यार्थ्यांना वाट्टेल त्या ते शिव्या दयायचे. मला हे कळल्यानंतर मी स्वत: चेअरमनसाहेबांना सांगितले.

"साहेब जरा बोलायचं होतं."

"जाधव बोला. बोलल्याशिवाय कळणार कसं?"

"तस नाही, जरा नाजूक विषय आहे."

"असू द्या हो, नाजूक, गंभीर सर्व विषय माझ्या दृष्टीने सारखेच. फक्त महत्त्व कशाला द्यायचे ते आपण ठरवायचं असतं."

"तसे नव्हे, अप्पा मुलांना शिव्या देतात. विद्यार्थी माझ्याकडे आले होते. सांगत होते. आम्ही अशा शिव्या ऐकल्या नाहीत, अशा शिव्या देतात. द्वेषानं वागतात."

"पण आता ती मुलं तिकडे नाहीत ना?"

"कशाला तरी जातात ना."

"कशाला जातात?"

"वही, नोट्स, निरोप वगैरे"

"जाऊ नका म्हणावं. मुलींच्या होस्टेलवर तुम्ही कशाला जाता म्हणावं."

"साहेब मुलं तिथं होती काही काळ. त्या वेळीही शिव्या देतच होते."

"बर मी बघतो."

"दुसरी एक गोष्ट साहेब."

"काय?"

"मेसमधील मुलं व आचारी यांचीही तक्रार अप्पांच्या बद्दल आहे."

"त्यांची आणखी काय तक्रार?"

"त्यांचे जेवण वेगळं करावं लागतं. तेपण चमचमीत. ते सांगतील तसंच. त्यामुळे त्यातच आचारी व मेसमधील मुलांचा वेळ जातो. ते म्हणतील ते आणून करून द्यावं लागतं."

"काय म्हणता?"

साहेबांना आश्चर्य वाटले. कारण अप्पांना कोणीही नव्हते. होते मोठे जमीनदार, मोठ्या घरातले, पण पहाणारे कोणी नाही. मुलंबाळं नाही. इतर भाऊ कोण पहात नाहीत. मग साहेबांनी त्याना होस्टेलवर देखरेख होईल म्हणून आणून ठेवले. एक

खोली, खोलीत सर्व सोय करून दिली होती.

"साहेब, बऱ्याच गोष्टी आहेत. तुमच्यापर्यंत कोण सांगत नाहीत."

"अरे पण जाधव, मला सांगितल्याशिवाय कळणार कशा? मी काय देव आहे मला आपोआप कळायला? अहो झाडावर, पिकावर कीड पडलीतर गड्यांनी सांगितले नाही व फवारणी झाली नाही तर सर्वच वाटोळे होते. सांगा सांगा बिनधास्त सांगा. मी कोणाशी काहीही तडजोड करत नाही बोला."

"शिपायी तुम्ही तिथे नेमता. त्यांना रोज मालीश करायला अप्पा सांगतात. आणि त्यांच्या भावकीत काहीही निरोप घेऊन जा. कपडे धुऊन द्या. नाहीतर मी सरांना सांगून तुम्हाला काढून टाकीन अशी धमकी देतात."

"मग मी काय काढले काय कुणाला?"

"होय सर, दोघां तिघांना तुम्ही काढून टाकलं त्यामुळे................"

"अहो ती कारणं वेगळी होती."

"पण त्यांनी आपण सांगितल्यामुळेच त्याना काढून टाकल्याची बातमी केली आहे."

"आपल्या शेतातला भाजीपाला पिशव्याच्या-पिशव्या त्यांच्या भावकीत पोचवतात. कुठही हिशेब नाही. काही नाही. कोणी विचारले तर सांगतात की जा सांगा कुणाला."

साहेबांनी डोक्याला हात लावला.

"साहेब, त्यापेक्षा एक मोठा विषय, आपला एसटीडी आहे. त्यात जे पैसे जमतात, त्यातील पैसे त्या शिपायाला दम देऊन रोज घेतात व परत देत नाहीत."

"छान म्हणजे कुंपणच शेत खात आहे आणि आम्हाला कल्पना नाही. अहो त्या शिपायाला कळत नाही. सुर्वे मेस व्यवस्थापकाला बोलवा. कृषि सहायकाला बोलवा, जो एसटीडी कलेक्शन करतो त्याला बोलवा. मेसमधील आचारी व कामगारांना बोलवा."

"कधी बोलवू सर?"

"बोलवा आता. जा."

थोड्या वेळानं सर्व साहेबांच्या ऑफिससमोर येऊन उभे होते. मी वाटच पहात होतो. बऱ्याच दिवसांचं दुखणं होते ते.

"साहेब आत येऊ?"

"या जाधव, आले का ते सर्व?"

"होय!"

"बोलवा सर्वांना आत."

सर्व येऊन साहेबांच्या समोर उभे राहिले.

"काय रे, मी तुम्हाला नेमलं कशाला? जे जे काही अयोग्य व विपरीत घडत असेल ते ते मला तुम्ही सांगावं म्हणून, हे अप्पा हे सगळं करतात तुम्ही का नाही सांगितलंत?"

"तुमच्या भीतीनं, कारण तुमचंच नाव अप्पा सांगायचे."

एकानं धाडस करून सांगितले.

"अरे पण एकदा तरी मला बोलायचं. बरं हे बघा एसटीडीतला एक पैसा द्यायचा नाही. दिलात तर तुमच्या पगारातून कापून घेईन. भाजीपाला कोणीही त्यांना काढून द्यायचा नाही. मेसमध्ये विद्यार्थ्यांना जे असेल तेच खायला मिळेल म्हणून सांगा. तिथले सर्व शिपाई हलवा व दुसऱ्या साईटवर टाका आणि सरळ त्यांची कामं करणार नाही असं त्यांना सांगा."

सर्वांना हुरूप आला. सर्व निघून गेले. जाधव थांबले.

"साहेब मुलांना शिव्या देतात त्यांचं........"

"ते करतो, अण्णांना बोलवतो. ते करतील बरोबर."

साहेबांनी अण्णांना फोन लावायला व दार उघडून अण्णाच आत आले.

"शंभर वर्षे अण्णा तुम्हाला आयुष्य आहे."

"का हो साहेब?"

"एक गोष्ट तुम्हाला सांगायची आहे."

"सांगा ना."

"अहो अप्पा आहेत ना आमच्याकडे"

"हो. बर झालं साहेब. कोण बघणार होतं नाहीतर त्यांना? आता बघा तब्येत काय झाली. सणसणीत किती झालेत."

"अण्णा तसं नव्हे. ते मुलांना वाटेल त्या शिव्या देतात. अहो ज्या मुलांच्यामुळे तुम्हाला चार घास मिळतात, आरामात जगता, त्यांनाच शिव्या? त्याही घाणेरड्या?"

"काय म्हणता काय? बघा म्हणजे देव देतो आणि कर्म नेतं हो, ते असं."

"एवढंच नव्हे, एसूटीडीमधून पैसे परस्पर घ्यायचे, शिपायांना वाट्टेल ती कामं सांगायची. भाजीपाला भावकीला पिशव्या भरून पाठवायच्या."

"खरंच?"

"तुम्ही सांगा."

“साहेब सांगतो पण उपयोग व्हायचा नाही.”

“मग मलाच सांगावं लागेल.”

“मी बघतो सांगून जर काय उपयोग झाला, तर ठीक नाहीतर तुम्ही तुमचा निर्णय घ्या.”

“अहो घ्यायलाच हवा नाहीतर मुलं काहीतरी करतील व ताप आपल्याला होईल.”

या दोघांची चर्चा झाली व मी बाहेर पडलो. तेवढ्यात एक प्रसंग घडला. मला लेडीज होस्टेलवरून वॉचमनचा फोन आला “जाधव सर लवकर या.” मला काही समजेना. मला वाटलं मुलीला काय साप चावला की काय, मुलगी आजारी पडली की काय? झालंय काय. काहीही समजेना. मी गाडीला किक मारली सरळ लेडीज होस्टेल गाठलं. वॉचमनने सांगितले.

“जाधव सर, अप्पा कसे तरीच करत आहेत.”

मला वाटले अण्णांनी काही तरी सांगितले म्हणून ते नाटक करत असतील. मी अप्पांच्या खोलीत गेलो.

“काय हो काय अप्पा काय झालं?”

अप्पा काही बोलायच्या मन:स्थितीत नव्हते. भरकटत होते. मी जाऊन डॉक्टरला घेऊन आलो. त्यांनी त्यांना एक इन्जेक्शन दिले. अप्पांना झोपवले व मी डॉक्टरना सोडून परत आलो.

“वॉचमन, अप्पा कुठे गेले होते?”

“होय!”

“कुठे?”

“मुलांच्या होस्टेलवर”

मी मुलांचे होस्टेल गाठले. सुर्वे माझीच वाट बघत होता.

“बरं झालं सर आलात.”

“काय रे काय झालं?”

“अहो सर, अप्पा इथे संध्याकाळी आले होते. ते गेटमधून आत आले आणि सर्व विद्यार्थ्यांनी खिडकीतून अप्पा ज्या भाषेत विद्यार्थ्यांना शिव्या देत त्याच्या पलीकडे जाऊन शिव्या दिल्या. त्यांचा उद्धार केला. अप्पाच्या आयुष्यात असा कधी कुणी त्यांचा अपमान केला नसेल.”

“मग?”

“मग काय रिक्षा आणली होती. त्याच रिक्षातून परत गेले. मला जरा काम होतं म्हणून मी गेलो नाही.”

साहेबाना सांगायला पाहिजे म्हणून आम्ही साहेबांच्या घरी गेलो, तर घराच्या समोर सर्व विद्यार्थी येऊन थांबले होते. आम्हाला काय प्रकार समजेना, साहेबही नाहीत.

“काय रे का आलात?”

मुलांना मी प्रश्न विचारला, मुलं बोलेनात. एवढ्यात साहेबांची गाडी आली. गाडीतून साहेब उतरले. आणि साहेबांनी मुलांना शिव्या द्यायला सुरवात केली. बहुतेक साहेब लेडीज होस्टेलवरून अप्पांना भेटून आले असावेत.

“सुकाळीच्यांनो, तुम्हाला लाज वाटत नाही? एक वयस्क माणूस आहे. तुमच्या वडिलांचाही बाप शोभेल. एवढ्या वयाच्या माणसाला शिव्या देता? काय हा प्रकार? कुठे शिकलात हे? आईबापानं हेच संस्कार केलत तुमच्यावर? हरामखोर, अरे उद्या काय स्थानिक लोकांनी प्रश्न निर्माण केला तर काय करायचं मी? तुम्हाला उद्या त्यांच्या लोकांनी मारलं, काय करायचं आम्ही?”

मुलं एकदम स्तब्ध होती.

“काय झालं सांगा? ते काय तुम्हाला बोलले की शिव्या दिल्या? की काय केलं म्हणून तुम्ही त्यांना शिव्या दिल्यात? कारण काय सांगा ना.”

कोण काहीही बोलायला तयार नव्हते. मुलांना चूक लक्षात आली होती. पण मुलेच ती, भावनेच्या भरात व एकानं केलं म्हणून दुसऱ्यांन, असं करता करता हे घडलं.

“तुम्हाला एकच शिक्षा, तुम्ही तुमच्या वडिलांना घेऊन या तरच कॉलेजला या नाहीतर येऊ नका.”

साहेब आत घरात गेले.

मी व सुर्वे बाहेर उभे होतो. मुलांचे आता चेहरे अंधुक दिसत होते.

“सीआर कोण आहेत रे, पुढे या.”

मी सीआर व चौथ्या वर्गाच्या काही सज्जन मुलांना की जे साहेबाच्या ओळखीचे होते त्यांना बोलवले.

“तुम्ही जा, साहेबांची माफी मागा. परत असं होणार नाही असं सांगा. बघा काय म्हणतात!”

“सर तुम्ही चला आमच्याबरोबर.”

आम्ही सर्वजण साहेब बसले होते त्या हॉलमध्ये गेलो. त्यांनी आमच्याकडे बघितलं. साहेबांचा चेहरा म्हणावा तसा गंभीर नव्हता. थोडी हास्याची झलक मला दिसली. मी मुलांना खूण केली.

"सर माफ करा, असं परत होणार नाही."

"ठीक आहे, ठीक आहे. असं करा जाधव, यांना घेऊन अप्पांकडे जा व त्यांची माफी मागायला सांगा. ते भेटणार नाहीत. कोणीतरी पुढे जा व चूक झाली म्हणा व परत जा."

तसंच आम्ही केलं, अप्पांच्या खोलीवर सर्व गेलो. बाहेर सर्व उभे, मी व दोन मुले आत गेलो.

"अप्पा मुले माफी मागायला आलीत."

"नालायकांना माझ्या समोर आणू नका."

बास् तेवढेच पाहिजे होते. आम्ही मागे फिरलो, मुलांना इशारा केला. मुलं निघून गेलीत.

नंतर अप्पा आजारी म्हणून त्यांच्या पुतण्याकडे गेले. ती संधी साधून मी त्या पुतण्याला फोन केला, साहेबांनी बोलवलं म्हणून. मी साहेबांच्याच सांगण्यावरून फोन केला तो पुतण्या साहेबांना भेटायला आला.

"नमस्कार साहेब, आत येऊ?"

"अरे ये ये, काय म्हणतात अप्पा?"

"अप्पांची तब्येत बरी नाही."

"मग एक काम कर, अप्पांचे साहित्य काय काय आहे ते घेऊन जा आणि तुझ्याकडेच ठेव. अप्पांना आता इथं त्रास होतोय."

"चालेल साहेब."

साहेबांनी मला बोलावून घेतले आणि सांगितले.

"यांचे बरोबर जा आणि अप्पांचे साहित्य यांना बांधून द्या."

अप्पा त्या दिवसापासून होस्टेलवरून गेले. हे ज्यावेळी मुलांना, मुलींना कळले त्यावेळी सर्वांना खूप आनंद झाला आणि प्राध्यापक कर्मचाऱ्यांनाही.

❖❖❖

माणसांन कसं राहावं, कसं वागावं हे काही काही वेळा लोकांना समजत नाही. आपण कुठल्या काळात, कुठल्या परिस्थितीत कुठं राहतो, हे समजत नाही भूतकाळातील ती मस्ती वर्तमानकाळात चालत नाही. अनेक गोष्टी काळाबरोबर

मिळालेल्या असतात त्या काळाबरोबर विसरायच्या असतात. त्याचं भान जर माणसाला राहिलं तर तो नेहमी सुखात तिथं राहू शकतो. आपल्यावर काळाच्या, वयाच्या, परिस्थितीच्या मर्यादा घालून घेतल्या पाहिजे व बदलत्या काळात संपूर्ण नाही पण योग्य तो तरी बदल घडवून आणला तरी आयुष्य आनंदायी होतं. हेच अप्पांना कळलं नाही.

❖❖❖

"सर चौथ्या वर्षाची मुल 'रॅगिंग' करतात." मला एक विद्यार्थी सांगत आला. मी त्याला विचारल, " 'रॅगिंग' म्हणजे काय?" कारण आम्ही होस्टेलला होतो त्यावेळी 'रॅगिंग' हा शब्दच नव्हता. जुनी मुलं नवीन मुलांची आपुलकीने चौकशी करायची, सांभाळून घ्यायची, भांडणे होत नव्हती असं नाही. होस्टेल म्हणजे मुलं एकत्र राहतात व एकत्र आली की वाद, भांडण आलेच. पण त्रास देणे वगैरे असं काही नव्हतं.

"काय रे 'रॅगिंग' करतात म्हणजे काय करतात?"

"ज्युनिअर मुलांना चारपाच सिनिअर मुलं बोलवतात."

"कुठं?"

"त्यांच्या खोलीत, अगर त्या मुलांच्या खोलीत जातात."

"मग?"

"त्याला नमस्कार कर सांगतात मग तो करतो."

"पुढे?"

"आम्हाला 'दादा' म्हणायचं, मुलीना 'ताई' म्हणायचं."

"अरे मग चांगलं आहे की"

"पण सर नाही ऐकलं तर मारतात."

"पण यात न ऐकण्यासारखं काय आहे?"

"उठाबशा काढायला लावतात, कपडे काढायला लावतात, त्यांची जर्नल लिहायला लावतात, कपडे धुवायला लावतात."

"अरे, मग कोण तक्रार का करत नाहीत?"

"कशी करणार? परत त्याला मारण्याची भीती?"

"अरे, प्राचार्यांच्याकडे एकही अशी तक्रार नाही."

"तक्रार नाही, याचा अर्थ असा होत नाही, की असं घडतच नाही सर."

"बरं-बरं मी लक्ष घालतो."

“सर, माझ नाव कुठं सांगू नका.”

“नाही, जा घाबरू नको.”

प्राचार्यांच्या कानावर ही रॅगिंगची गोष्ट घालावी म्हणून त्यांच्या ऑफिसमध्ये गेलो.

“काय जाधव, काय आणलंत नवीन?”

“म्हणजे सर?”

“अहो तुम्ही आलात की काहीतरी ‘प्रॉब्लेम’ घेऊनच येणार.”

“तसं कामच दिलंत साहेब तुम्ही मला.”

“तेही खरचं आहे. अहो आता प्राचार्य काय किंवा तुम्ही काय, प्रश्नाच्या ढिगाऱ्यावरच बसलोय. रोज एक-एक बाहेर येतोय, त्याचे उत्तर घ्यायचेच आहे आपल्याला.”

“खरं आहे सर”

“बोला.”

“मुलांच्यात थोडं रॅगिंगचे वारं दिसतयं.”

“कोणी तक्रार केली काय?”

“तक्रार केली नाही पण ज्युनिअर विद्यार्थी बोलतात.”

“लक्ष ठेवा.”

“मी लक्ष ठेवतो, पण सर तुम्ही जरा सिनिअरच्या विद्यार्थ्यांना सांगितलंत तर बरं होईल.”

“काय सांगायंच?”

“सांगायचं म्हणजे? वॉर्निंग द्यायची नाहीतर शासनाचे परिपत्रक आले आहेच.”

“हा ते चांगलं होईल. संध्याकाळी पाच वाजता सिनिअर मुलांना हॉलवर जमायला सांगा.”

“सांगतो सर”

ठरल्यावेळे प्रमाणे विद्यार्थी हॉलवर जमले. प्राचार्य, सर्व प्राध्यापक, रेक्टर, मॉनिटर सर्व उपस्थित राहिले. विद्यार्थ्यांची चुळबूळ सुरू झाली.

“विद्यार्थी मित्र हो आज मुद्दाम आपल्याला इथं बोलवलं आहे. शासनाने एक परिपत्रक काढलं आहे. त्यामध्ये ‘रॅगिंग’बाबत कडक कायदा केला असून शिक्षाही कडक आहे. तुम्ही सिनिअरचे विद्यार्थी आहात. तुम्हाला मुद्दाम इथे बोलवण्याचे कारण, तुमच्याकडून कोणत्याही ज्युनिअर विद्यार्थ्यांला ‘रॅगिंग’ होता कामा नाही. जर

तसे आढळल्यास कॉलेजमधून काढण्यात येईल. अगर पोलिस केस होईल.''

''पण सर ज्युनिअरच्या मुलांनी केलं तर?''

प्राचार्य गडबडले. तसे रेक्टर जाधव पुढे झाले.

''कोणीही विद्यार्थी असो असे चालणार नाही. अनेक विद्यार्थी मिळून विद्यार्थ्यांचा छळ करत असतील तर त्याच्यावर कारवाई होईल.''

''सर, नेमकं काय करायच नाही.''

एका विद्यार्थ्यानं आगाऊपणानं विचारलं.

प्राचार्य खवळले ''इकडे ये कानाखाली पहिला आवाज काढतो म्हणजे तुला समजेल, काय करायला पाहिजे आणि काय नको.''

''चला उद्या नोटीस बोर्डावर 'रॅगिंग' बाबत परिपत्रक लागेल ते वाचा.''

मुल हसत हसत निघून गेली, काही परिणाम नाही.

❖❖❖

सकाळी आठ वाजता कॉलेज सुरू होते. कॉलेजला येण्याकरिता संस्थेच्या फार्ममधून एक रस्ता आहे. कॉलेजचा फार्म मोठा दोनशे एकराचा असल्यामुळे चारी बाजून रस्ते काढले आहेत. होस्टेलला एक आडवळणाने जाणाराही रस्ता आहे. त्या रस्त्याने तसे फार कोणी जात नाहीत. ग्राऊंडवरून सरळ मुख्य रस्त्यावर व नंतर तेथून होस्टेल, असेच बहुधा विद्यार्थी जातात.

नेहमीप्रमाणे आठ वाजता कॉलेज सुरू झाले. साडेआठ वाजता फार्मवरील एक शिपायी प्राचार्यांना सांगत आला. एक विद्यार्थी आतल्या रस्त्यावर पडलाय. पायावर, हातावर वार झालेत. आम्ही घाबरलो. सर्व जण पळत सुटले. चेअरमन साहेब तर गाडी घेऊनच आले. त्या विद्यार्थ्याला गाडीत घातले व तेथून हॉस्पिटल. डॉक्टरांनी किरकोळ मलमपट्टी केली. तळपायाला ब्लेड मारल्यानं त्याला चालता येत नव्हतं.

''डॉक्टर, काय?''

''काही नाही किरकोळ आहे पण पोलिसांना माहिती द्या.''

विद्यार्थ्याला घेऊन प्राचार्य स्वत: पोलिसांच्याकडे गेले, तिथे 'एन्सी' केली व पीएस्आय स्वत: जीप घेऊन तो पडला होता तिथं आले.

चर्चेला ऊत आला होता. कोणी काहीही म्हणत होते.

''अहो त्याला होस्टेलवरून उचलून आणला म्हणे आणि इथं त्याच्यावर वार केले.''

"अहो इथेच त्याला गाठला. पाळत ठेऊन असतील."

पोलिस आपले काम करत होते. गप्पा मारणारे आपले काम चोख करत होते. रेक्टर, प्राचार्य, प्राध्यापक गप्प उभे होते.

"इथे पडला त्यावेळी त्याची पुस्तके किंवा काय होतं काय त्याच्या हातात?"

"हातातं नव्हतं."

"मग."

"बाजूला पडलं होतं."

"प्रथम कोणी पाहिलं?"

त्या शिपायाला बोलवले.

"तुझ नाव प्रदीप."

"काय करतोस?"

"इथं शिपाई आहे."

"तू कसा इथं आलास?"

"साहेब, मी इथं कामाला असतो."

"रोज सकाळी येतोस?"

"होय!"

"किती वाजता?"

"आठ, साडेआठ वाजता."

"आठ की साडेआठ?"

"आठ वाजता, उशीर झाल्यावर....."

"बरं तू काय बघितलस?"

"मी या वाटेनं पुढं चाललो होतो तर, हा इथं रस्त्याच्या कडेला जाळकांड आहे तिथं पडलेला दिसला."

"मग?"

"मग, मी साहेबांना सांगायला गेलो."

पोलिसांच्या पध्दतीप्रमाणे चौकशी सुरू होती. जवळ जवळ अर्धा दिवस चौकशी सुरूच होती. त्यांच्या होस्टेलच्या रूमपासुन ते त्या जागेपर्यंत दोन वेळा पोलिस व इतर लवाजमा, काहीही कारण नसताना चकरा टाकल्या.

तोपर्यंत त्याच्या आई वडिलांनी येऊन प्राचार्यांच्या केबीनमध्ये जिथं विद्यार्थी बसवला होता तिथं गोंधळ घालायला सुरुवात केली. प्राचार्य व रेक्टर तिथं गेले.

पीएस्आय तपास करू लागले.

प्राचार्यांना पाहून त्यांच्या आईने रडायला सुरवात केली. बाप तरी त्यांच्या पुढं.

“अहो मुलगा त्या रस्त्यानं गेलाच कसा?”

“तुम्ही काय करता? मुलांच्यावर लक्ष ठेवता येत नसेल, तर कॉलेज बंद करा.”

“अहो ऐका आमचे.”

“काय ऐका? एवढी फी भरायची, इतक्या लांबून मुलं तुमच्या विश्वासावर पाठवायची आणि त्याच्यावर खुनी हल्ला झाला, त्यात मेला असता तर?”

“अहो खुनी हल्ला झाला कोणी सांगितलं?”

प्राचार्यांनी समजावण्यासाठी विचारले.

“खुनी हल्लाच हा. कुणी सांगायला कशाला पाहिजे? आम्ही काय दूधखुळे आहोत काय? काय तुमची ही शिस्त. हेच काय तुमचं शिक्षण?”

मी रेक्टर म्हणून पुढे झालो.

“अहो यामध्ये कोणाची चूक नाही.”

“नाही कशी? मुलं कोठून येतात, कुठे कुठे जातात, काय करतात, तुम्ही पहायला पाहिजे.”

“ते शक्य होणार नाही.”

“मग बंद करा.”

“तुम्ही पहिला आवाज बंद करा, नाहीतर थोबाड फोडीन.”

असा सणसणीत आवाज कोणाचा, म्हणून मागे पाहिले. तर इन्स्पेक्टरचा आवाज होता. ते आत आले.

“कुठे आहे रे तो?”

“काय रे काय झालं?”

विद्यार्थ्यांना दमात घेण्यास इन्स्पेक्टरनी सुरवात केली.

“तो काहीही बोलेना.”

“तुझ्यावर वार केला काय?”

“होय साहेब!”

“कोण होते ते”

“मला माहीत नाही.”

“कुठे गेले ते?”

“मला माहीत नाही.”

“कीती होते ते?”

“मला माहीत नाही.”

एक खाडकन कानफटात अशी लगावली की त्या विद्यार्थ्यांच्या डोळ्यांसमोर काजवे चमकले

“हे काय?”

इन्स्पेक्टरनी ब्लेड दाखवले. विद्यार्थ्यांची बोबडी वळली. आईवडिलांना काय बोलावे समजेना. प्राचार्य रेक्टर व प्राध्यापकांना समजेना प्रकार.

“इन्स्पेक्टर साहेब काय प्रकार?”

“सांगतो सांगतो.”

“अहो, यानेच त्या जाळीजवळ बसून ब्लेड पायावर मारून जखमा करून घेतल्या व पडला. हे ब्लेड तिथं जाळीच्या तिथं फेकलं. ते मला सापडलं. मारेकरी तळपायाला ब्लेड मारत नाही. आणि याच्याजवळ लुटायला काय होतं? याचे इथं शत्रू असण्याची शक्यता नाही. कारण हा आताच आलाय. काय रे, खरं आहे की नाही?”

“होय साहेब!”

“घ्या आणि हे आई-वडील काय अकलेचे तारे तोडत होते मघापासून. काय हो बोला, आता का दातखीळ बसली तुमची? मोठे आम्हाला अक्कल शिकवत होता.”

प्राचार्य चिडले होते.

“इन्स्पेक्टर, यांच्यावर आत्महत्येचा प्रयत्न म्हणून केस घाला व अटक करा याला.”

असं म्हटल्यावर त्याच्या आई-वडिलांनी प्राचार्यांचे पायच धरले.

“आम्ही चुकलो, आमचा गैरसमज झाला.”

“अहो गैरसमज झाला म्हणून काय वाटेल ते बोलायचे? तुम्हाला काय वाटतं प्रत्येक पोराच्या मागे आम्ही एक माणूस ठेवावा? अरे मुलावर तुम्ही संस्कार केले नाहीत त्याची ही फळे आहेत.”

“माफी मागतो सर, माफ करा.”

“इन्स्पेक्टर साहेब, तुमचे काम तुम्ही पूर्ण करा. अहवाल द्या, या मुलाला मी कॉलेजमधून काढून टाकणार.”

“नका हो सर, असं कसं? त्याच्या आयुष्याचा प्रश्न आहे.”

“अहो, हा आमच्या कॉलेजचा प्रश्न आहे. उद्या आणखी काय करेल काय सांगावं?”

इन्स्पेक्टर त्या मुलाकडे वळले व परत त्याला एक प्रश्न विचारला.

“का केलंस तू असं?”

“मला या कॉलेजला यायचं नव्हतं. वडीलांनी बळजबरी केली. मला इथं करमत नव्हतं. मग असं काहीतरी केल तर मला घेऊन जातील व मला जिथं पाहिजे तिथं शिकता येईल म्हणून हे मी केलं.”

“प्राचार्य साहेब त्याचा पूर्ण जबाब मी घेतो. त्याची प्रत तुम्हाला पाठवतो. तुम्ही निर्णय घ्या.”

इन्स्पेक्टरनी त्या मुलाचा जबाब लिहिला. त्याची सही घेतली. साक्षीदार म्हणून प्राचार्य व रेक्टर म्हणून माझी घेतली. त्याची प्रत देण्याकरिता कुणालातरी पाठवण्यास सांगून ते निघून गेले.

संपूर्ण कॉलेज आवार मुलांनी व इतरांनी भरून गेले होते. विद्यार्थ्यांच्यात सुध्दा भीतीचे वातावरण क्षणभर पसरले होते. तलवारीने वार केले अशी अफवा होस्टेलवर पोहचली. त्यामुळे, असेल त्या अवस्थेत मुले आली होती. पण सत्य सर्व कळताच परत गेली.

प्राचार्यांनी त्या मुलाचा कॉलेज सोडल्याचा दाखला लिहायला क्लार्कला सांगितले व ते साहेबांना भेटायला गेले. त्यांच्या पाठोपाठ मी व त्या मुलाचे आई-वडीलही गेले.

“साहेब आत येऊ?”

“काय झालं पुढं?”

“साहेब त्या मुलांनं.......”

“ते मला सगळं समजलं, त्याला कॉलेजमध्ये ठेवू नका. उद्या काय झालं तर?”

“त्याचे आई-वडील भेटू इच्छितात.”

“येऊ द्या.”

“साहेब माफ करा,”

“केली माफी केली. पण कॉलेजमधून काढणार.”

“नको साहेब.”

“नाही निर्णय झालाय, त्याला तो जिथं पाहिजे म्हणतो तिथं घाला. त्याच्या

मनाविरुध्द काही करू नका, चला. प्राचार्य जा घेऊन यांना. जाधव, होस्टेलवरून त्याला सर्व त्यांचे साहित्य ताब्यात द्या.''

''चला.''

म्हणून प्राचार्यांनी त्यांना बाहेर आणले. त्याच्याकडे कॉलेज सोडल्याचा दाखला दिला. इतर कागदपत्रे दिली आणि जा म्हणून सांगून ते घरी निघून गेले.

❖❖❖

मला रात्रभर झोप आली नाही. आजची मुलं का अशी करत आहेत? एखाद्या वडीलांनी त्याला सल्ला दिला. या नाही त्या कॉलेजला जा, तर त्यांचे काय चुकले? मला खरोखर आश्चर्य याच गोष्टीच वाटलं, की जर जमत नाही एखादी गोष्ट तर स्पष्ट सांगायचं, मला जमत नाही म्हणून. त्यासाठी या आशा मार्गाचा अवलंब का करतात हेच समजत नाही. काय कमी जास्त झाल असतं तर.........

आज मुलांच्यामध्ये अहंकारच जास्त वाढत आहे. अमुक एक गोष्ट पाहिजे म्हणजे पाहिजे. नाहीतर खुद्द आई-वडिलांना 'ब्लॅकमेल' करेपर्यंत यांची मजल. परिस्थितीशी जुळवून घेणं जमत नाही तर प्रयत्न करून का नाही शिकत ही मुलं? मुलं काय आजच जगात आहेत, पूर्वी नव्हती? त्यावेळी काय असं घडत होतं? नाही, आज शिक्षकानं बोलायचं नाही, मारायचं नाही. मुलांच्या मनाचा विचार करायचा. त्याला दु:ख न होईल असं बोलायचं. सरकारनंही तसा कायदा करायचा. एखाद्या शाळेत प्रसंग घडलाच तर गुरूजींच्या तोंडाला काळं फासायचं. मारायचं. मग पुढारी, टी. व्ही वाले, सामाजिक कार्यकर्ते, संघटना पुढे येतात. प्रसिध्दी मिळवून जातात. मग तज्ञांची मुलाखत, काय होणार यानं? एका तज्ञानं उठायचं 'माध्यान जेवण द्या.' एकाने उठायचं 'परीक्षाच रद्द करा,' एकानं म्हणायचं, 'दप्तराच ओझं होतय.' काय काय चाललय? अशानं मुलं कशी होणार आहेत? यापुर्वी गुरूजींनी मारलं ती मुल कुठं कुठं गेली? ती मागे राहिली का? नाही. मग आताच्या मुलांच्या बाबतीतच का असं घडत आहे. मुलांना अती मारू नये हे ठीक, पण बालमानसशास्त्राच्या आधारे जर तज्ञ भलतेच लाड करत असतील तर ती मुलं मनाने कमकुवत होणार आणि भविष्यात जीवन जगत असताना संकटाचा सामना करू शकणार नाहीत.

आई-वडिलांच्या इच्छा, आशा, अपेक्षा जर मुलाला पूर्ण करता येत नसतील तर काय उपयोग त्याचा? मुलांनी काय स्वत:साठीच जगावं? स्वत:चा हेका सोडू नये? आई-वडिलांच्या प्रति त्याचं काहीही कर्तव्य नाही?

❖❖❖

पूर्वी काय पुस्तके नव्हती? ओझं नव्हतं? मग आताच का त्याची चर्चा व

लाड? मला हैदर अलीची गोष्ट आठवते, टिपू सुलतान लहान असताना हैदर अलीने त्याला शिकवण्यासाठी 'गाजीबाबा' नावाचा गुरू ठेवला होता. त्याला खडसून सांगितले की, 'हा माझा मुलगा म्हणून पाहू नको. हा तुझा शिष्य आहे, याला शिक्षण देताना भूक लागली तर भाकरी देऊ नको व तहान लागली तर पाणी देऊ नको, असे खडतर शिक्षण दे तरच तो पुढील जीवनात खडतर जीवन आले तर जगू शकेल, टिकू शकेल.'

आई-वडिलांचीसुध्दा आता बदलती परिस्थिती पाहून मुलांचा कल कुठे आहे ते बघूनच त्याला त्या कॉलेजला घालावे. पण आजची पिढी, भले डोक्याने इलेक्ट्रॉनिक विषयात पुढं गेली असली तरी मनाने व शरीराने कमकुवत व नेभळट झालीय असं वाटायला लागते.

विचार करता करता कधी झोपलो तेच कळलं नाही.

❖❖❖

आमच्या संस्थेत कोणत्याही कॉलेजची निवडणूक होत नाही. सर्वसाधारण हुशार खेळाडू व जरा सांस्कृतिक विभागात भाग घेणारा असा मुलगा प्राचार्य निवडतात व तसेच सर्व त्याचे सहकारी मिळून विद्यार्थी परिषद होते. या परिषदेचे कामकाज महत्त्वाच्या दिवशी म्हणजे फक्त गॅदरिंगला.

गॅदरिंगचे दिवस जवळ आले की सर्व प्राचार्य व प्राध्यापक व विद्यार्थी प्रतिनिधींची सभा होते. यावर्षीही तशी सभा चेअरमन साहेबांच्या केबीनमध्ये झाली. दोन वर्षांनंतर अशी ही पहिलीच सभा साहेबांनी बोलवली होती.

कारण गेल्या वर्षी साहेबांनी ना विद्यार्थी परिषद निवडली ना गॅदरिंग केले. त्याचं कारणही तसच घडलं होतं.

दोन वर्षापूर्वी गॅदरिंगची तयारी धामधुमीत सुरू झाली. कामाचे वाटप झाले. आणि वार्षिक क्रीडा स्पर्धांचे आयोजन केले.

आदल्या रात्री दुसऱ्या वर्षाच्या मुलांनी दादागिरी करायला सुरवात केली आणि या वर्षाची खेळाची जनरल 'चॅम्पियनशिप' आम्हाला मिळाली पाहिजे ती सलग चौथ्या वर्षापर्यंत. कारण प्रथमवर्षी आम्ही मिळवलेली आहे. त्या वर्गात एक पुढाऱ्याचा पोरगा होता. दणकट शरीराचा सर्वांना दमात घ्यायचा. पण साहेबांना प्राचार्यांना घाबरायचा, म्हणजे तसं दाखवायचा. त्याला वैयक्तिक खेळाची चॅम्पियन घ्यायची होती. सर्व ठिकाणी तोच कॅप्टन असायचा. सर्व मुले त्याचे ऐकायची. घरचा श्रीमंत, राजकीय वारसा असल्यामुळे मुलेही त्याला 'दादा' म्हणायची. त्यामुळे नवीन

येणाऱ्या मुलांनी नमस्कार करून 'दादा' म्हणायची पध्दत त्याने बळजबरी सुरू केली होती.

हे नंतर आम्हालाही कळले. रात्री प्रत्येक होस्टेलच्या लॉबीत जायचे आणि मीटिंग घ्यायची आणि सांगायचे 'उद्या खेळात आमच्याबरोबर हरायचं. नाही हरलात तर बघा, मारणार तुम्हाला.' अशी धमकी द्यायचे.

दुसऱ्या दिवशी वार्षिक खेळाचे उद्‌घाटन मा. चेअरमनसाहेबांच्या हस्ते झाले. चेअरमन साहेब चार-पाच खेळात राष्ट्रीय स्थरापर्यंत खेळले असल्यामुळे, खेळात विशेष रस. स्वत: अंपायर म्हणून उभे राहायचे. कोणाची बिशाद नसायची पुढे बोलायची किंवा निर्णयावर बोलायची, असा निर्णय असायचा.

गेम सुरू झाले. व्हॉलिबॉलचा सामना पुकारला. प्रथम वर्ष विरुध्द द्वितीय वर्ष. द्वितीय वर्षाचे हे सर्व मल्ल उत्साहात कपडे काढून वॉर्मिंगअप करू लागले. प्रथम वर्षाचे मरगळ्यासारखे. हळूहळू कोणीतरी बळजबरी केल्यासारखे. सावकाश कपडे काढून, वॉर्मिंगअप नाही, चेहऱ्यावर उत्साह नाही, काही नाही.

अंपायर्स आले, दोन्ही संघांना मैदानात बोलवले. आणि टॉस उडवला. तो प्रथम वर्षाच्या मुलानी जिंकला. तरी काही आनंद नाही. द्वितीय वर्षाच्या मुलांनीच ग्राऊंड मागितले आणि खेळाला सुरवात झाली.

प्रथम वर्षाचे खेळाडू चेंडू बाहेरच मारू लागले. वास्तविक चांगली टीम होती. पण आम्हाला काही कळेना. साहेब तिथं आले तसे दोन्ही टीमवर 'प्रेशर' आले पण परत तसेच. दुसऱ्या वर्षाची मुलं जिंकली. त्यांनी जल्लोश केला. प्रथम वर्षाचे खेळाडू खाली मान घालून निघून गेले.

"प्राचार्य काय चाललय? मुलं खेळत का नाहीत?"

"साहेब काय कळत नाही."

"अहो हे प्रथम वर्षाचे खेळाडू आंतरमहाविद्यालयात खेळलेत ना?"

"होय."

"पीटीचे प्राध्यापक कुठे आहेत?"

"बोलवा रे, माने सरांना."

माने सर आले.

"माने काय हो, का असं केलं या मुलांनी?"

"काही कळत नाही साहेब"

"बरं, पुढचा खेळ कुठला?"

"कबड्डी!"

"द्वितीय वर्ष विरुद्ध चतुर्थ वर्ष"

"चला बघू या तो सामना"

कबड्डीचा सामना पुकारला.

दोन्ही टीम आत आल्या. चौर्थ्या वर्षाच्या मुलांमध्ये उत्साह नव्हता. दुसऱ्या वर्षाची मुलं उड्या मारत होती.

या सामन्यातपण तसेच, द्वितीय वर्षाची मुलं पटापट गुण मिळवायला लागली. चौथ्या वर्षाची आऊट होत होती. आम्हाला काही कळेना. साहेब तर फारच चिडले.

हा प्रकार काहीतरी वेगळा आहे याची जाणीव सर्वांना झाली. त्या दिवशीचे सामने संपले आणि साहेबांनी प्राचार्य व प्राध्यापक याना त्यांच्या ऑफिसमध्ये बोलवले.

आम्ही सर्व त्यांच्या ऑफिसमध्ये गेलो. सर्वांना एकच प्रश्न पडला होता की काय उत्तर द्यायचं.

"काय हो प्राचार्य, काय चाललंय हे?"

"साहेब काही कळत नाही."

"अरे एकाच वर्षाची मुल जिंकत आहेत. बाकी सर्व 'सरेंडर' होत आहेत, हे आपल्याला सरळ सरळ दिसत आहे."

"होय सर"

"काय पीटीटीचर काय भानगड?"

"सर काय तरी घडंलय."

"काय घडलं ते सांगा? त्यासाठी बोलवलंय तुम्हाला."

"कसं सांगायचं?"

"मग हे असंच चालू द्यायचं का? नाहीतर असं करा......"

"कसं?"

"दुसऱ्या वर्षाच्या मुलांना सगळी बक्षिसे द्या. अरे खेळ कशासाठी? गॅदरिंग कशासाठी? आणि चाललंय काय? कसली दादागिरी ही? याचा छडा लावा. नाहीतर मी घेतो माझा निर्णय."

आम्ही घाबरलो. कारण साहेबांचा निर्णय हा एकदम टोकाचा असतो. हे आम्हाला माहीत आहे. आणि एकदा घेतला की तो बदलणे नाही.

"प्राचार्य!"

"हो सर!"

"तुम्ही जरा काही विश्वासातील विद्यार्थ्यांना बोलवा, विचारा काय चाललंय. जाधव, तुम्हीही माहिती काढा आणि पीटी टीचर तुम्ही बघा काय चाललय ते."

आम्ही सर्व 'हो' म्हणालो आणि बाहेर पडलो.

बाहेर पडलो खरं, पण कोण सांगणार?

भानगड म्हणून कोण विद्यार्थी बोलतं नव्हते. काय करावं आम्हाला समजेना. मग प्रत्येकानं आपल्या विश्वासातील विद्यार्थी शोधायला व कसून चौकशी करायची ठरलं.

संध्याकाळी तसा प्रयत्न केला. काहीही हाताशी लागेना. आम्ही निराश झालो. साहेबांना उद्या काय सांगायचं. पीटी टीचर माने तर हवालदिल झाले.

"जाधव सर!"

"काय?"

"काही तरी करा."

"एक काम करू या."

"काय?"

"उद्या कोणती मॅच आहे."

"क्रिकेट, प्रथम वर्ष व दुसऱ्या वर्षाचीच आहे."

"चला आपण घरी जाऊन बरोबर दहा वाजता होस्टेलवर येऊ या."

"काय करायचं?"

"या तर खरं बघू."

बरोबर दहा वाजता आम्ही दोघं प्रथमवर्षाच्या मुलांच्या होस्टेलच्या मागे हळूच लपलो. एका खोलीत बरीच मुलं बसली होती. त्याच खोलीच्या खिडकीजवळ थांबलो. जराशी खिडकी उघडी होती. आतले सर्व दिसत होते. दहा बारा मुलं होती. बोलणं स्पष्ट ऐकायला येत होतं. आम्ही अंधारात होतो त्यामुळे आम्ही दिसायचा प्रश्नच नव्हता. काहीतरी आमच्या हाती लागणारच.

"अरे गप्प का बोलत का नाही? ए गण्या, बोल तू कॅप्टन आहेस. मग काय करायचं उद्या?"

"काय करायचं म्हणजे?"

"अरे कसं खेळायचं त्या दादा लोकांच्या बरोबर?"

"बंड्या अरे काय खेळायचं? त्यांनी दम दिलाय मघाशी, ऐकलास ना?"
"अरे पण आपण किती भ्यायचं?"
"मग काय मारामारी करायची?"
"सोन्या, तू म्हणतोस ते बरोबर. वाद नको. ए परांजप्या, गांडीत शेपटी घालणार असाल तर उद्या मी खेळणारच नाही."
"अरे तसं नाही आपण पहिल्या वर्षीचे विद्यार्थी, अजून त्यांच्या बरोबर दोन वर्षे काढायची. सर काय रोज येणार व आपल्याला संरक्षण देणार आहेत काय?"
"मग उद्या काय करायचं, खेळायचं की नाही?"
"खेळायचं, नाहीतर प्राचार्यांना व चेअरमन साहेबांना शंका येईल."
"त्या जाड्यानं सांगितलंय, सर्वांना शंका आली तरी चालेल, पण चेअरमनसरांना शंका आली तर आम्ही मेलोच. मग तुमचंपण काय खरं नाही."
"मग असं करायचं, अरे धावा काढायच्या नाहीत. बॉल प्लेड करायचा. त्यांच्या बॉलला अडवायचे नाही. मग ते आपोआप जिंकतील."
"बरोबर!"
आम्ही खिडकी सोडली व रस्त्यावर आलो. मन सुन्न झाले. काय हे 'प्लॅनिंग' कशासाठी? तर एका शील्डसाठी. काय खिलाडू वृत्ती?
"काय हो पीटीसर काय ही खिलाडू वृत्ती?"
"कसली खिलाडू वृत्ती. अहो नालायक आहेत. प्रत्येक गोष्ट त्यांना पाहिजे."
"मानेसर, काय करूया आता?"
"आपण प्राचार्य सरांना सांगू."
"पण याला आता उपाय तरी काय?"
"उपाय काढतील चेअरमन साहेब. चला!"
"चला!"
दोघे ही सरळ प्राचार्यांच्या घरी गेलो. दारावरची बेल वाजवली, दार उघडले.
"अरे या या, यावेळी?"
"हो सर तसं कामच आहे."
"बसा, बसा."
चहाची ऑर्डर घरात गेली
"बोला काय काढलंत?"
"अहो सर, कालचाच मुद्दा."

“कोणता?”

“अहो वार्षिक क्रीडा स्पर्धा”

“हां हां, सापडला का धागा?”

“होय!”

“काय?”

मग होस्टेलच्या खिडकीतून ऐकलेला सर्व किस्सा प्राचार्यांना सांगितला.

“असं आहे काय?”

“होय सर!”

“पण आपण सिध्द कस करायचं की ही मॅच ‘फिक्सिंग’ आहे?”

“होय सर मॅच ‘फिक्सिंगच.’ नाही तर दमदाटी करून विजयश्री मिळवण्याचा हा एक रॅगिंगचाच प्रकार मानला पाहिजे.”

“पण तशी आपल्याकडे तक्रार हवी.”

“होय सर कोणी तक्रार देणार नाही. कारण त्या दुसऱ्या वर्षाच्या डुकरांना सर्व घाबरतात.”

“मग असं करा. तुम्ही जो प्रकार ऐकला तो कागदावर द्या. तो गोपनीय ठेवतो. फक्त चेअरमन साहेबांच्या सकाळी कानावर घालू व ते काय निर्णय देतात ते ऐकू. त्याप्रमाणे करूया.”

सकाळी चेअरमन साहेबांच्या कानावर हा विषय घातला.

चेअरमन साहेबांचा चेहऱ्यावर राग दिसत होता. आम्हाला अंदाज आला आता विपरीत निर्णय होणार. कारण आतापर्यंत त्यांनी निर्णय घेतला की कोणत्याही परिणामाची काळजी केली नाही. अत्यंत धाडशी निर्णय घेण्यात व तो अमलात आणण्यात वाकूबगार होते. कोणालाही भीक घालत नव्हते.

❖❖❖

सकाळी दहा वाजता सामना सुरू झाला. प्रथम वर्षाची मुलं व द्वितीय वर्षाची मुलं मैदानात उतरली. द्वितीय वर्षाच्या मुलांचा उत्साह ओसंडून वहात होता. आता सर्वच जिंकलं. जनरल चॅम्पियनशीप जिंकली. अशा आर्विभावातच ते मैदानात वावरत होते. आम्ही सर्व स्टेजवर होतो. ‘कॉमेन्ट्री’ सुरू झाली. एक द्वितीय वर्षाचा मुलगाच ‘कॉमेन्ट्री’ सांगत होता.

“आज अत्यंत महत्त्वाचा सामना सुरू होत आहे. बलाढ्य द्वितीय वर्षाचा संघ सर्व ताकदीनिशी मैदानात उतरला आहे. त्यांचा सामना करण्यासाठी प्रथम वर्ष लढत

आहे. पाहूया आतापर्यंत द्वितीय वर्षाची सर्व खेळात घोडदौड सुरू आहे. आजही तेच जिंकणार आहेत.''

''तुला कसं कळलं हे भडव्या?'' प्राचार्यांनी त्याच्यावर बॉम्बच टाकला.

''तसं नाही सर चुकून बोललो.''

''अस! बरं सुरू कर तुझं.''

त्याचा मूडच गेला. त्याने माईक दुसऱ्याच्या हाती दिला व तिथून तो सटकला.

नाणेफेक झाली. प्रथम वर्षाच्या मुलांनी नाणेफेक जिंकली. पण त्यांच्या कॅप्टनने फील्डिंग घेतली. कारण तसे ठरले असावे. 'पॅड' बांधून 'कॅप्टन' मानेपाटील आत आला. टाळ्यांच्या कडकडाट एका ग्रुपने केला. त्याला खेळता येत नव्हते. हे सर्वांना माहीत होते. पण तो ओपनिंगला आला. दोघांनी गार्ड घेतले. अंपायर्सनी आपल्या जागा घेतल्या आणि खेळ सुरू झाला.

'बॉलर' अगदी हळू चेंडू बॅटवर जाईल तसाच टाकत होता. त्याने मारला तर तो कोण अडवत नव्हते. धावा काढल्या जात होत्या. आम्ही सर्व अस्वस्थ होतो. चेअरमन साहेबांकडे पहात होतो.

खेळ सुरू होता. एक चेंडू मानेपाटीलने फक्त टोलवला. तो अडवण्याऐवजी 'फील्डिंग' करायच्या ऐवजी त्या खेळाडूंनी त्याला लाथ मारून सीमारेषेबाहेर पाठवला. जोरात जल्लोश.

''प्राचार्य हा प्रकार बघा.''

''बघतोय साहेब.''

परत बॉलरने चेंडू टाकला, परत त्यानं टोलवला. परत तसाच प्रकार चेंडू सीमेबाहेर परत जल्लोश.

परत बॉलरने चेंडू टाकला. तो उंच उडाला. फील्डिंग करणारा बघतचं राहिला; त्याच्या समोर चेंडू पडला. तोपर्यंत दोन धावा काढल्या.

चेअरमन साहेबांच्या सहन शीलतेचा अंतच होत होता. ते प्राचार्यांच्या कडे पाहत होते. त्यांनी माईक हातात घेतला. एवढ्यात बॉलरने बॉल मानेपाटील याला टाकला तो फक्त अडवला तर फील्डिंग करणाऱ्याने तो परत लाथ मारून सीमेबाहेर पाठवला.

''खेळ थांबवा!''

चेअरमन साहेबांची धारधार आवाजात ऑर्डर सुटली. सारे क्रीडांगण जिथल्या

तिथं स्तब्ध.

"अंपायर्स स्टंप्स काढून आणा. मॅच रद्द. दोन्ही टीमच्या खेळाडूंना माझ्या ऑफिसमध्ये बोलवा."

चेअरमन ताडताड उठून स्टेजवरून खाली उतरले. आपल्या कार्यालयाकडे निघाले. आम्हीही निघालो. प्राचार्य, मी, पीटी टीचर त्या खेळाडूंना घेऊन साहेबांच्या ऑफिसकडे निघालो.

"काय झाल सर?"

एका खेळाडूनं मला विचारलं.

"काही नाही. लंच ब्रेक झालाय, साहेब तुम्हाला खाऊ देणार असं वाटतं."

"आम्ही काय केलं?"

"अरे कुठे काय केलं म्हणतोय आम्ही?"

"मग खेळ का बंद झाला?"

"ते आता तिथं गेल्यावर समजेलच, चला."

प्रथम वर्षाची मुलं खाली मान घालून होती. द्वितीय वर्षाचे खेळाडू मात्र धास्तावले होते. आता काय चेअरमन सरांच्या मनात आहे? हे त्यांना कळत नव्हतं. आपलं बिंग फुटेल की काय असा काहींना संशय आला.

अतिशय गंभीर होऊन खेळाडू चेअरमन साहेबांच्या कार्यालयासमोर आले. प्राचार्य व आम्ही आत गेलो. साहेब काहीतरी लिहीत होते. आम्ही उभेच राहिलो. लिहून झाल्यावर बेल दाबली. शिपायाला बोलावून हे टाइप करून आणायला सांगितले.

"बसा!"

आम्ही बसलो.

"काय करायचं? ही प्रथा जर पडली तर कोणीही मनमोकळेपणानं या कॉलेजमध्ये राहू शकणार नाही. कोणीही खेळू शकणार नाही. मग तुमचा आमचा वचक विद्यार्थ्यांवर कसा राहणार? कॉलेजच्या शिस्तीचे काय होणार? ही अपप्रवृत्ती इथंच ठेचून काढली पाहिजे."

"होय सर"

"काय ॲक्शन घ्यायची?"

"तुम्ही म्हणाल ती."

"अहो तुम्ही प्राचार्य आहात, तुम्ही सुचवा."

“त्यांना आत बोलावून वॉर्निंग देऊ.”

“बास्स? वॉर्निंगच्या पलीकडे गेलेत ते, तुमची वॉर्निंग ऐकतील आणि हसत बाहेर जातील.”

“सर मग ठोस काहीतरी करायला हवं.”

“तेच विचारतोय.”

“दंड लावूया.”

“कशासाठी? दंड भरून ते मोकळे होतील, भार मात्र आई-वडिलांच्या वर”

“खरं आहे सर, पण मग काय करायचं?”

“बोलवा त्यांना आत.”

पीटी टीचर माने बाहेर गेले आणि खेळाडूंना घेऊन आत आले.

खेळाडू आत आले पण पुढे कोणी येईना. मागे मागे... सर्व एकामागे एक लपत होते.

“अरे पुढे या, या पुढे”

सर्व जण पुढे आले. पण लपत छपत होते.

“काय रे, मानेपाटील काय चालवलंय? तुम्हाला काय वाटतं, आम्ही मूर्ख आहोत? काय चाललय? अरे हिम्मत असेल तर खेळून मर्दासारखं जिंका. लहान मुलांना ताकदीच्या जिवावर दम देऊन विजय मिळऊन ‘ट्रॉफी’ मिळवण्यात कसला आलाय मर्दपणा? लाज वाटली पाहिजे.”

“सर आम्ही तसं नाही केलं.”

“काय तसं नाही केलं?”

“आम्ही कोणाला दम दिला नाही.”

“नाही?”

“नाही सर!”

“हे बघ माने, जे काय तुम्ही केलेत व करत आहात त्याचे परिणाम माहीत आहेत काय तुम्हाला?”

मुलं स्तब्ध खाली मान घालून उभी होती.

“काय रे काय झालं खेळायला?”

चेअरमन साहेबांनी प्रथम वर्षाच्या एका खेळाडूला विचारलं. तो खाली मान घालून उभा होता.

"अरे काय विचारतोय, वर मान कर."

"सर खेळत होतो."

"तुझ्या बापानं खेळला होता काय रे असा खेळ? सुक्काळीच्या, मला खेळ शिकवतोस? चेंडू अडवायचा सोडून पायान सीमेपार मारून बॅट्समनला चार धावा मिळऊन देणारा तुझा खेळ. हा कसला रे खेळ? कसला फिल्डर तू?"

"कालपासून आम्ही बघतोय तुमचे नखरे. तुम्ही आम्हाला खुळे समजता?"

प्राचार्यांनी तोंड उघडलं.

"असं का केलंत साहेबांना सांगा, नाहीतर होणाऱ्या कारवाईला सामोरे जा. कॉलेजची शिस्त बिघडवलीत आणि विद्यार्थ्यांचे 'रॅगिंग' केले. 'रॅगिंग' अॅक्टखाली पोलिस केससुध्दा होऊ शकते."

पीटी टीचर माने उठले व ज्याने झेल सोडला होता म्हणण्यापेक्षा समोर पडूनही पकडला नाही त्याला मागून पुढं आणला.

"विचारा सर याला. पुढ्यात चेंडू पडत असताना याने झेल घ्यायचा प्रयत्न सुध्दा का केला नाही?"

"का रे, का असं केलंस? हाताला लकवा मारला की भुताटकीनं खिळवून ठेवलं होतं एका जाग्याला?"

"सर चुकलो."

"काय चुकलो?"

"तसं ठरलं होतं."

"काय ठरलं होतं?"

"सर काहीही ठरलं नव्हतं."

द्वितीय वर्षाचा कांबळे त्या मुलाकडे डोळे मोठे करून सांगू लागला.

"कांबळे, डोळे काढून ठेवीन. अरे हे स्नेहसंमेलन कशासाठी? नावातच सगळं आहे. तिथं तुम्हीच दादागिरी करून बक्षीस मिळवणार. खुळचट आणि संकुचित विचार आहेत हे तुमचे. यात काय आनंद मिळवणार? खेळ म्हणजेच काय हे तुम्हाला माहीत नाही?"

एवढ्यात शिपाई टाईप केलेला कागद घेऊन आला. सर्वांनी श्वास रोखून धरला.

"या विद्यार्थी परिषदेचा चेअरमन कोण?"

मानेपाटील पुढे आला.

"मी सर!"

"मग ऐका."

आणि चेअरमनसाहेबांनी वाचायला सुरवात केली.

"या आदेशाद्वारे या महाविद्यालयाची विद्यार्थी परिषद बरखास्त करण्यात येत आहे आणि येथून पुढे ही मुले जोपर्यंत या महाविद्यालयात आहेत तोपर्यंत या महाविद्यालयाचे 'गॅदरिंग' होणार नाही. विद्यार्थी परिषद नेमण्यात येणार नाही. प्राचार्यांनी तत्काळ या आदेशाची अंमलबजावणी करावी व तसा अहवाल संस्थेस द्यावा."

चेअरमन

चेअरमनसाहेबांची ती ऑर्डर वाचल्यावर पोरांच्या पोटात गोळा आला.

"सर माफ करा, आम्ही चुकलो. अशी चूक परत होणार नाही. याची आम्ही लेखी खात्री देतो."

"अरे लेखी द्या नाहीतर कसेही द्या. ही ऑर्डर फायनल म्हणजे फायनल. बरेच दिवस मी तुमचे हे नखरे इतर लोकांच्याकडून ऐकतोय, मुलं आहेत, आज ना उद्या सुधारतील म्हणून मी गप्प बसलो."

"सर खरंच आम्हाला माफ करा."

"मानेपाटील, तुझ्या वडिलांच्याकडे बघून आजपर्यंत आम्ही गप्प आहोत. काय रे तासन् तास त्या फाट्यावर गाडी लावतोस व गप्पा मारत उभा राहतोस, इतर पोरांना घेऊन, काय उद्योग नाही तुला? आता अलीकडे पोरींना घेऊन उभा असतोस. सांगू काय तुझ्या वडिलांना? हे संस्कार आहेत तुमच्यावर? अरे आम्ही रस्त्यानं गाडी घेऊन जातो, त्या वेळी कोण कोणत्या कोपऱ्यात बसलाय, काय करतोय हे सगळं एका नजरेत टिपतो. पण आम्ही सर्व लक्षपूर्वक दुर्लक्ष करतोय. याचा अर्थ आम्हाला काही कळलं नाही असं नाही."

"सर, आमचा तसा तिथे उभा राहण्यात काहीही वाईट उद्देश नसतो."

"हे कोण ठरवणार? अरे चौकात, फाट्यावर उभा राहिलेल्या पोरांना उनाड पोरं किंवा चांडाळचौकडी म्हणतात. ठीक आहे. हा एक विषय वेगळा आहे. पण एक सांगतो. आलात शिका, चांगले विद्यार्थी म्हणून जा. परत या कॉलेजवर आलात तर सन्मान मिळेल, नाहीतर आलात गेलात तर कोणीही विचारणार नाही."

"सर ऑर्डर रद्द करा आम्ही खुप मेहनत घेऊन कार्यक्रम बसवलेत."

“तेही असेचं असणार. दुसऱ्याचे कार्यक्रम दंगा करून पाडायचे, आपल्याला टाळ्या वाजवायच्या.”

“नाही सर, तसं होणार नाही.”

“तुमच्यावर माझा विश्वास राहिला नाही. मी स्वत: जे काही पाहिलं त्यामुळे तुमच्यावरचा विश्वासच गेला, चला.”

प्राचार्यांनी सर्वांना बाहेर काढलं. सर्व मुलं बाहेर थांबली होती. एवढ्यात पोलिस व्हॅन आली. चार पाच पोलिस आणि इन्स्पेक्टर उतरले. मुलं घाबरली.

प्राचार्य पुढे झाले.

“इन्स्पेक्टर तुम्ही?”

“हो!”

“का हो अचानक?”

“कोणीतरी फोन केला की कॉलेजमध्ये ‘रॅगिंग’ झाले आहे खेळाच्या वेळी.”

“कोणी?”

“काही माहीत नाही पण......”

मुलं सर्व ऐकत होती. काही टरकली होती. आता काय होणार? प्राचार्य व चेअरमन सांगतात की काय? आमचं काय? करिअरचे काय?

“साहेब आहेत?”

“आहेत!”

“चला.”

प्राचार्य, इन्स्पेक्टर व मी चेअरमन साहेबांच्याकडे चाललो.

“हे कोण?”

इन्स्पेक्टरनी प्राचार्यांना माझ्याबद्दल विचारले

“हे रेक्टर आहेत.”

“मग ठीक आहे चला.”

पीटी टीचरना मुलांच्या समोर थांबवले व बाकी तिघे आत गेले.

बराच वेळ चर्चा चालली होती. इन्स्पेक्टर आत आले ते चेअरमन साहेबांच्या पाया पडले.

“अरे सुरेश, तू कधी इथे आलास?”

“सर, परवाच हजर झालो. आल्या आल्या इथे येणार होतो. पण हेड क्वार्टरला दोन दिवस गेले.”

“बरं झालं. बऱ्याच दिवसानं भेटलास.”

चेअरमन साहेब संस्था सुरू करण्यापूर्वी विविध ठिकाणी पंधरा वर्षे प्राध्यापक होते. अनेक विद्यार्थी त्यांचे उच्चपदावर काम करत होते. काही कलेक्टर होते. आम्हाला साहेबांचा अभिमान वाटायचा.

“बरं सर, मुलं बाहेर, का?”

प्राचार्य व रेक्टर इन्स्पेक्टरांच्या तोंडाकडे बघतच राहिले.

“मुलं मस्ती करत होती, जरा बोलावलं मी.”

“तुम्ही असताना मस्ती? माहीत नाही वाटतं तुमचा दणका.”

“माहीत आहे; पण माझी परीक्षा घेतात.”

“महाग पडेल म्हणावं?” मी आलो, गेटवर चौकशी केली. “सर आहेत काय, कोण आहे, काय चाललंय” त्यावर तुमचा वॉचमन म्हणाला,

“खेळात काहीतरी झालंय व सर तापलेत त्याचाच फायदा घेऊन मी अंदाजानं बोलला.”

“बरं झालं साहेब, पोरं गॅसवर राहतील. हा खरा पोलिसी खाक्या म्हणायचा.”

प्राचार्यांनी खुशीतच त्यांना शाबासकी दिली.

शिपायानं चहा आणला. सर्व जण चहा प्यायले. इकडच्या तिकडच्या गप्पा झाल्या.

“प्राचार्य, रेक्टर तुम्ही बाहेर जा व मुलांना सांगा इन्स्पेक्टर ऐकायला तयार नाहीत. मुलांची नावं मागतात.”

एवढं प्राचार्यांनी बाहेर येऊन सांगताच, काही पोरांनी तर प्राचार्यांचे पायच धरले. प्राचार्य व मला हसू आवरेना.

“सर, काही करा! हे मिटवा.”

“सर, आम्ही परत असं करणार नाही.”

“सर, चुकलं आमचं.”

“सर आमचं ‘करिअर’ बरबाद होईल.”

प्रत्येक जण सुचेल ते बोलत होता. आम्ही ऐकत होतो.

मानेपाटील मात्र गप्प ठोंब्यासारखा उभा होता. प्रथम वर्षाची मुलं खुश होती इतर वर्षांची मुलंही आली होती. ती खुश होती.

“बर आम्ही सांगून बघतो.”

म्हणून आम्ही आत गेलो.

“साहेब अगदी तुमची ‘एन्ट्री’ भारी झाली आहे.”

मी एकदम खुश होऊन बोललो.

“चांगला योग असतो. आता जा आणि सांगा मुलांना अभ्यासाला लागा म्हणून. काहीही गडबड करू नका. इन्स्पेक्टर साहेबांची समजूत चेअरमन सरांनी घातली आहे म्हणून.”

आम्ही खुशीने बाहेर आलो. पण चेहऱ्यावर न दाखवता मुलांच्या समोर उभे राहिलो. पोरांच्या पोटात परत गोळा आला.

“मुलांनो, तुम्ही आता होस्टेलवर जा. चेअरमन साहेबांनी इन्स्पेक्टरना समजावून सांगितले आहे. ही आमची मुलं आहेत. आम्ही त्यांचे काय करायचे ते ठरवू. आमच्या आवाक्याच्या बाहेर गेलेच तर तुम्हाला रीतसर आम्ही बोलवू. हा विषय इथं संपला.”

असे सांगताच मुलांचा चेहरा प्रफुल्लित म्हणता येणार नाही; पण ताण एकदम कमी झाला व चेहऱ्यावर थोडा का होईना पण आनंद दिसू लागला.

“पण एक लक्षात ठेवा, परत जर काय होस्टेलवर केलेत तर आम्ही तुम्हाला पाठीशी घालणार नाही. जा आता तुम्ही.”

सर्व मुले गेली. आम्ही साहेबांना भेटून इन्स्पेक्टरबरोबर बाहेर पडलो. प्राध्यापक बसले होते. आम्ही आल्या आल्या काही उत्साही प्राध्यापकांनी विचारलेच,

“काय झाले सर?”

“गॅदरिंग कॅन्सल, खेळ कॅन्सल!”

“बरं झालं!”

“बरं झालं? या वर्षीच नाही.”

“तर?”

“ही मुलं या कॉलेजमधून जाईपर्यंत.”

“काय म्हणता?”

“एवढा कडक निर्णय?”

“अहो, साहेबांचा निर्णय तो.”

“तेही खरच म्हणा.”

अशी चर्चा करत सर्व जण चालले.

❖❖❖

होस्टेलवर रात्री मी जाण्यापूर्वी चेअरमनसाहेब पोचले होते. त्यांनी होस्टेलच्या

सर्व इमारतीमधून राउंड मारला. सर्व चीडीचीप होते. आवाज म्हणून नाही. मी गेलो त्यावेळी साहेबांचा राउंड सुरू होता. बरोबर सुर्वे मेस व्यवस्थापक होताच. मी गेलो.

"नमस्कार साहेब!"

"जाधव, काय?"

"काही नाही साहेब."

"कालचा काय 'इफेक्ट'?"

"कालचा चांगलाच 'इफेक्ट' आहे साहेब."

"मला वाटलं होतं काहीतरी रात्री करतील."

"नाही साहेब धाडस करणार नाहीत तेवढं."

"नाही जाधव, तुम्हाला माहीत नाही, विद्यार्थ्यांची मानसिकता. हेच जर शासकीय महाविद्यालयात असतं, तर फारच गोंधळ विद्यार्थ्यांनी घातला असता. 'प्राचार्य हटाव' मोहिम काढली असती, मोर्चा, संप केले असते. पण आपले कॉलेज हे खाजगी आहे म्हणून. हे काय घडत नाही."

आम्ही बोलत बोलत कॅन्टींनच्या लॉनवर आलो. वॉचमनने तिथे अगोदरच चार खुर्च्या मांडल्या होत्या. त्यावर साहेब बसले.

"साहेब असा फरक का पडतो खासगी व शासकीय महाविद्यालयात?"

"बसा सांगतो."

साहेबांचे एक होतं. सर्वांना जवळ बसवून घ्यायचे. मनमोकळ्या गप्पा मारायचे. विनोदबुध्दी तर वाखाणण्यासारखी. प्रासंगिक विनोद फारच. आणि हजरजबाबी होते. कोणतेही संस्थाचालक आपल्या कर्मचाऱ्यांशी मनमोकळे बोलत नाहीत. जवळ बसवून घेत नाहीत.

मी तरीही उभा पाहून

"बसा हो जाधव"

मी बसलो.

"हे बघा, मी शासकीय महाविद्यालयात शिकलो. मीपण विद्यार्थीदशेत धाडशी व बेलगाम वागायचो, खेळाडू होतो, तब्येत जोरात होती. सर्व घाबरायचे, मारामारी करायचो. पण कोणत्याही दुबळ्या मुलांना हात लावला नाही. की कोणाला लावू दिला नाही. नेहमी कॉलेजचं नाव केलं. हित जपलं, म्हणूनच आज चाळीस वर्षे झाली तरी, माझं नाव त्या कॉलेजमध्येच नाही तर विद्यापीठात आहे. शासकीय महाविद्यालयात मुलं बेछूट वागतात, संप, मोर्चे इत्यादी गोष्टी करतात, प्राचार्य हटाव, कुलगुरू

हटाव, असे प्रकार करतात.''

''का हो साहेब?''

''कारण त्यांना 'प्रोटेक्शन' असतं.''

''कोणाचं?''

''राजकारण्यांचं.''

''म्हणजे?''

या महाविद्यालयात येणारे विद्यार्थी आमदार, खासदार, मंत्री, पुढारी यांची मुलं असतात व शासकीय असल्यामुळे मंत्री म्हणेल तसे निर्णय होतात. प्राध्यापकांच्या बदलीपासून कुलगुरू हटावपर्यंत. त्यामुळे प्राध्यापक घाबरतात. प्राचार्य घाबरतात. त्याचा फायदा घेऊन मुलं जास्तच करतात.

''हे भलतंच आहे साहेब.''

''जाधव हे मी सगळं केलंय. मी हीरो होतो हीरो. सर्व घाबरायचे. पण इतिहासाची पुनरावृत्ती होते म्हणतात तसे झाले.''

''कसे काय?''

''आम्ही जसे 'हटाव' केलं, तस आमचेही 'हटाव' मुलांनी केलं. प्राध्यापक झाल्यावर त्यावेळी मला समजलं. विद्यार्थी जीवन व प्राध्यापकाची नोकरी यात फरक असतो. प्राध्यापकांची नोकरी असो वा कोणतीही नोकरी, बंधने खूप असतात. तुम्हाला परत विद्यार्थ्यांसारखं वागता येत नाही.''

''खरं आहे सर''

''पण खासगी महाविद्यालयात तुमच्यावर कोणाची बंधन नाहीत, संस्था चालक फक्त तुमचा बॉस. पण शासनात फार वाईट परिस्थिती आहे. एखादा गुन्हा केला नसला तरी तुम्ही जबाबदार. तुमच्यावर ॲक्शन.''

''ते कसं काय?''

''सांगतो एक उदाहरण, शासकीय महाविद्यालयात होस्टेलवर रोज रात्री विद्यार्थी दारू पितात, असे प्राचार्यांना कळले. प्राचार्यांनी रेक्टर, मॉनिटर व प्राध्यापकांसह त्याच्यावर धाड टाकली व रेड हँड पकडले. त्या विद्यार्थ्यांना दुसऱ्या दिवशी प्राचार्यांनी बोलवून दम दिला. त्यावेळी आपल्याकडे आता जसे विद्यार्थी म्हणतात 'चुकलो,' 'माफ करा,' 'परत असे घडणार नाही.' तसेच त्यांनी केलं. प्राचार्यांनी विश्वास ठेवला. बरोबर पंधरा दिवसांनी, हळूच एक खबर त्यांनी पसरवली. ती अशी की तेच विद्यार्थी परत दारू तिथं रोज पितात. प्राचार्यांनी परत धाड टाकायची

व ‘अॅक्शन’ घ्यायची ठरवलं. या मुलांनी गच्चीवर लाइट लावून ठेवल्या होत्या. पण त्या बंद केल्या होत्या. टेबलावर दारूच्या बाटल्या ठेवल्या, ग्लास वगैरे सर्व ठेवले व ते जिन्याखाली लपून बसले. प्राचार्य व रेक्टर, मॉनिटर, एक प्राध्यापक गच्चीवर गेले. बॅटरी मारली तर टेबल, दारूच्या बाटल्या, ग्लास ठेवलेले. यांनी त्या बाटल्या हातात घेतल्या आणि सर्व लाईट लागल्या. पाच पन्नास मुले भोवती गोळा झाली. यांना काय करावे समजेना. काहीनी मोबाईलमध्ये फोटो काढले.’’

‘‘अरे हा काय तमाशा आहे?’’

‘‘तेच प्राचार्य साहेब, आम्ही विचारतो हे काय?’’ विद्यार्थ्यांनीच प्राचार्यांना विचारले.

‘‘अरे पण?’’

‘‘सर, हे काय करता?’’

अक्षरश: चौघांना घाम फुटला. ते तसेच खाली आले व बराच वेळ प्राचार्यांच्या केबीनमध्ये बसले.

‘‘अहो आता ही कार्टी काय काय करतील.’’

‘‘पण सर ही बातमी तुम्हाला सांगितली कुणी?’’

‘‘अरे अशीच ती उडत उडत बातमी आली आणि ती मी तुम्हाला सांगितली. तुम्ही तरी खात्री करायची.’’

‘‘कशी करणार सर, तुम्ही सांगता म्हटल्यावर आम्ही विश्वास ठेवला.’’

‘‘बरं, आता पुढं?’’

‘‘पुढं पहायचं नशीब.’’

‘‘मग पुढं काय झाले साहेब?’’ मी प्रश्न विचारला.

‘‘अहो पुढे या सर्वांची चौकशी झाली, नशीब त्यांच्या फक्त बदल्या झाल्या.’’

‘‘काय म्हणता साहेब?’’

‘‘अरे हेच तर आहे. खऱ्याचे खोटे व खोट्याचे खरे करणे हे शासनातच नाही सर्वच ठिकाणी चालते.’’

‘‘होय साहेब, फारच धोकादायक आहे.’’

‘‘मी या सर्वातून गेलोय, तावून सुलाखून निघालोय. जे जे मी केलं नाही ते ते विद्यार्थ्यांनी माझ्याही माथी मारल होतं. पण मी सहीसलामत सुटलो. खूप वाईट अनुभव या विद्यार्थ्यांचा असतो.’’

‘‘साहेब, आमच्यावरही असा प्रसंग...’’

"येऊ शकतो."

"मग?"

"अरे मी आहे ना खमक्या तुमच्या पाठीशी, घाबरता काय? विद्यार्थीच काय विद्यार्थ्यांचे बाप आले तरी मी पुरून उरेन."

"साहेब खूप अनुभव आहे तुमच्या पाठीशी."

"जाधव, फक्त अनुभव नाही. अनुभवले व भोगले आहे. म्हणून मी असा घडलोय."

आम्ही बोलत असतानाच सुर्वे चहा घेऊन आले. आम्ही चहा घेत होतो. एवढ्यात दोन मुलं रस्त्यानं गेटकडे जात होती.

"त्यांना बोलव रे."

सुर्वेनी त्यांना बोलवले. मुलं धास्तावली

"कुठे चाललात रे?"

"सर फाट्यावर."

"इतक्या उशिरा. कशासाठी?"

"साहेब हे आता जातात व आठ-साडेआठला काही तरी खाऊन येतात."

"काय खाता रे?"

"चायनीज खातात सर"

"अरे नालायकांनो, तुम्ही आता 'ग्रॅज्युएट' होणार, काय खावं, कुठ खावं, कधी खावं, काही कळत नाही?"

"साहेब, आता खाऊन येतात मग जेवणाला नावं ठेवतात. कारण भूकच मेलेली असते यांची."

"काय रे, काय करतात वडील?"

"शेती."

"तुझे रे?"

"शेती."

"नालायकांनो. तो बाप तिकडे उपाशी झोपत असेल व तुम्हाला पैसे पाठवत असेल आणि तुम्ही इथे चायनीज खा आणि करा त्याला कर्जबाजारी. चला फिरा मागे."

मुलं मुकाट्याने मागे वळली व पळत सुटली.

"काय करावं आताच्या मुलांना? आईबाप पैसा हवा तेवढा देतात. त्यामुळं

यांना हे सुचतं.''

''चला जाधव, बराच उशीर झालाय.''

साहेब उठले व गाडीत बसून निघून गेले. मीही घरी निघून गेलो.

घरी गेल्यावर हात पाय धुतले आणि कॉटवर पडलो. विचार करत होतो. चेअरमन साहेबांनी सांगितलेल्या त्यांच्या अनुभवाचा. आपल्या बाबतीत असे घडले तर? नुसत्या कल्पनेनं अंगावर काटा उभा राहिला. पण लगेच सावध झालो. ते साहेबांच्या वाक्यानं 'मी खमक्या आहे तुमच्या पाठीशी' बास हेच पाहिजे असते प्रत्येक कर्मचाऱ्याला. तरच तो धाडसानं कुठलंही काम करतो. नाहीतर प्रसंग आला की पळ काढणारे व हात वर करणारे आपले बॉस किंवा संस्थाचालक खूप आहेत.

दारावर कुणीतरी वाजवल. मी दार उघडले. पीटीचे मानेसर होते.

''काय हो जाधवसर, जेवायला जायचे नाही?''

''जायचे तर, आताच आलो होस्टेलवरून.''

''का एवढा वेळ?''

''अहो साहेब आले होते.''

''अहो पण, मग आम्हाला सांगायचे.''

''अहो, माझ्या अगोदरच राउंड सुरू होता.''

''मग?''

''मग काय बसले तिथं, त्यांचे होस्टेलचे व विद्यार्थ्यांचे त्यांना आलेले अनुभव सांगत.''

''चला मेसमध्ये नाहीतर, उपाशी राहायचा अनुभव यायचा.''

दोघेही हसत हसत बाहेर पडलो.

❖❖❖

सुरवातीला मी आलो त्यावेळी फाट्यावर मेसला जेवत होतो व बरेच प्राध्यापक त्यावेळी 'बॅचलर' होते ते सर्व खासगी मेसला जेवायचे. नंतर नंतर मग आम्ही कॉलेजच्या मेसला जेवू लागलो. काहींची लग्न झाल्यावर सोय झाली. आमची अजून व्हायची होती. त्यामुळे मेसला मुले जेवली की आम्ही जात असू. नंतर नंतर मेसच्या मागील बाजूस आम्ही स्टाफसाठी जेवण्याची वेगळी सोय केली. तशी कल्पना प्राचार्यांना देऊनच आम्ही ती सोय केली होती. तरीसुध्दा प्राचार्यांनी मला सांगितले होते की साहेबांच्याही कानावर घाला.

आम्ही मेसला पोचलो तर बराच वेळ झाला होता. मेसची मुलं जेवत होती.

आम्हाला पाहून आचारी पुढे आले. ‘‘अहो सर, एवढा उशीर?’’

‘‘अहो, मी साहेबांच्या बरोबर होतो व ते गेल्यावर खोलीवर गेलो आणि तिथेच पडलो. मानेसर आले म्हणून आलो तरी. बरं काय आहे काय?’’

त्यानं ‘भातच तेवढा आहे’ म्हणून सांगितलं आम्ही भात व वरणावर ती रात्र घालवली.

❖❖❖

‘गॅदरिंग’ रद्द व विद्यार्थी परिषद बरखास्त केल्यावर, पंधरा एक दिवसांनी द्वितीय वर्षाची मुलं माझ्याकडे आली. मी रेक्टर कार्यालयात बसलो होतो. सुर्वे व मी असे दोघेच होतो. यांना पाहिल्यावर सुर्वे उठून गेले.

‘‘सर आत येऊ?’’

‘‘या! अरे एवढे मिळून आलात, काय मोर्चा आहे की काय?’’

‘‘नाही सर.’’

‘‘मग?’’

‘‘सर, एक विनंती होती.’’

‘‘काय?’’

‘‘तुम्ही जर चेअरमनसरांना सांगितलंत तर ‘गॅदरिंग’ होईल. सर हो म्हणतील.’’

‘‘काय? मी? डोक फिरलंय काय?’’

‘‘हो सर, आम्हाला माहीत आहे. तुमचं ऐकतात.’’

‘‘अरे हा समज आहे. ते फक्त स्वत:चेच ऐकतात.’’

‘‘नाही सर, प्रयत्न तरी करा.’’

‘‘अरे बाळांनो मला नोकरी करायची आहे. आणि तुम्ही साहेबांना फार कमी ओळखता. त्याचा निर्णय म्हणजे काळ्या दगडावरची रेघ असते.’’

‘‘सर तुम्ही मध्यस्ती करा. आम्ही फार तर पाय धरतो सरांचे. आमचं चुकलं म्हणून, पण आमच्या विद्यार्थ्यांचा आनंदाचा, कला दाखवण्याचा, मजेचा कार्यक्रम म्हणजे गॅदरिंग.’’

‘‘अरे हे अगोदर कळत नव्हतं का?’’

‘‘चुकलं सर, आम्ही जोशात गेलो.’’

‘‘बरं तुम्ही असं करा, प्राचार्यांना सांगा.’’

‘‘बरं सर.’’

‘‘मग मी प्राचार्यांना बोलतो व आम्ही दोघं जमलं तर साहेबांना बोलतो.’’

‘‘बरं होईल सर, आम्ही सर्व वर्गातील विद्यार्थी माफी मागतो, एकत्र येतो.’’

दुसरे दिवशी सर्व मुले प्राचार्यांच्या कार्यालयाबाहेर उभी होती.

शिपायाने प्राचार्यांना विद्यार्थी भेटायला आले म्हणून सांगितले.

"या म्हणावं."

मुलं आत जाऊन उभी राहिली.

"बोला विद्वान, आता काय आणलंत?"

"सर, बोलायचं होतं."

"बोल ना. गुरव, बोल."

प्राचार्य तसे कडक होतेच. विद्यार्थी घाबरायचे.

"सर, परवा झालं ते चुकलंच आमचं."

"अरे, झक मारलीत, आता कशाला चुकलं म्हणता? शेण खात होता काय? कळंत नव्हतं? रेड्याएवढे वाढलात, अक्कल ही रेड्यांची घेतलीत काय?"

प्राचार्य चिडलेच होते. कारण शेवटी विद्यार्थी जे करतात त्याचा परिणाम प्राचार्यांच्यावर होतोच. संस्था त्यांनाही विचारतेच.

"जा आता, चुकल वगैरे झालं सगळं. निर्णय झाला चला."

"नाही सर, तुम्ही मनात आणलं तर 'गॅदरिंग' होईल."

"कसं? संस्थेच्या विरोधात जाऊ की काय?"

"नाही!"

"मग?"

"चेअरमनसरांना तुम्ही सांगितलं तर ते ऐकतील."

"तुझ्या बापाला सांगण्याएवढं सोप वाटल काय रे गुरवा? तुला माहीत आहे ना त्यांचा दणका!"

"होय सर!"

"मग काय मला समोर करता काय? मला शिव्या खायला लावायचा डाव दिसतो. चला, काही होणार नाही."

एवढ्यात मी आत गेलो.

"या रेक्टर, काय म्हणतात बघा तुमचे विद्यार्थी."

"माझ्याकडेही आले होते."

"मग?"

"मी ही त्यांना तेच सांगितले."

"हे बघा हे आता शक्य नाही. उगीच वाघाच्या तोंडात आम्हाला देऊ नका.

वेळ आल्यावर आम्ही बोलू. जा तुम्ही आता.''

''पण सर या वर्षी गॅदरिंग....''

''विसरा चला.''

मुलं खाली मान घालून गेली.

''जाधव, आम्हालाही वाटतं हो. पण यांनी जो मूर्खपणा केलाय त्याला उत्तर काय किंवा त्याचे समर्थन कसे करणार आपण साहेबांपुढं?''

''ते महत्त्वाचे आहेच. पण गॅदरिंगही मुलांच्या दृष्टीने महत्त्वाचे आहे सर.''

''होय ना? मग एवढे वाक्य चेअरमन साहेबाच्या पुढ बोला, मी येतो चला.''

''नको रे बाबा. मी तुम्हाला म्हणून म्हणतो.''

''अहो, मलाही वाटतं, पण शिक्षा भोगू द्या. त्या शिवाय वठणीवर येणार नाहीत. आता कधीही आगाऊपणा करणार नाहीत.''

आम्ही दोघंही उठलो व घरी गेलो.

❖❖❖

कॉलेज व्यवस्थित चालू होते. माझी नेहमीप्रमाणे होस्टेलला भेट होत होती. तक्रारी येत होत्या. त्याचे निवारण हे चाललचं होतं. जिथे विद्यार्थी तिथे तक्रारी त्या सोडवणे आमचे कामच आहे.

वर्ष कसे निघून गेलं समजले नाही. मुल परीक्षा देऊन आनंदान घरी गेली. आम्ही होस्टेलची डागडुजी, दुरुस्ती, रंगसफेदी करण्यात गुंतलो व त्याला लागणारी खर्चाची टिपणी तयार केली आणि थेट साहेबांकडे.

''अरे जाधव, तुम्ही गेला नाहीत?''

''नाही सर!''

''अरे, प्राचार्यांनी परवानगी घेतली. सर्व प्राध्यापक सेमीस्टर ब्रेकमध्ये जाऊन येतो म्हणतात, म्हणून मी परवानगी दिली आणि तुम्ही?''

''मी जरा होस्टेलच्या दुरुस्तीचे काम घेऊन आलोय.''

''आणा बघू.''

त्यांनी पाहिली व 'मंजूर' असा शेरा मारला व सचिवाला बोलवले.

सचिव आले.

''या टिपणीप्रमाणे साहित्य आणून द्या व जे काय लागतील ते पैसे द्या. चेक त्यांच्या नावाचा काढा. मेस व्यवस्थापकाला बोलवा आणि हे काम करून घ्यायला

सांगा आणि जाधव तुम्ही गावी जाऊन या.''

मला आनंद झाला. बऱ्याच दिवसांनी मी घरी निघालो होतो.

''जाधव, हे वीस हजार रुपये घ्या आणि कोल्हापूरला करमळकर कंपनीला द्या.''

''हो सर!''

''सचिव त्यांना वीसहजार रूपये द्या.''

सचिवांच्या कडून वीस हजार रुपये घेतले आणि मी दुसरे दिवशी घरी आलो.

घरी येताना मी अत्यंत खुश होतो, पगार वेळेवर होत होता. त्यामुळे पैसे घरी वेळेवर पाठवत होतो. गाडी घेतली होती. चांगलाच सेट झालो होतो. इतक्या लवकर एवढं सगळं मिळेल असं वाटलं नव्हतं. आणि त्यातल्या त्यात संस्थापकांचा 'विश्वास' जो माझ्यावर होता तेच बळ मला मोठ वाटतं होत. माझ्यावरची जबाबदारी आणि त्यांचा आशीर्वाद महत्त्वाचा वाटत होता.

हे सर्व कधी मी घरी, भावांना, मित्रांना सांगेन असे झाले होते. मी घरी पोचलो. मी आल्याचे पाहून बाबांच्या पासून आईपर्यंत सर्वांना आनंद वाटला. हात पाय धुतले. जेवण झाले आणि रात्री मग त्यांना संस्थेची इत्थंभूत माहिती दिली. ते ही खुश झाले.

दुसरे दिवशी कपडे बदलून मी गावात फिरायला व मित्रांना भेटायला गेलो. सर्व मित्र भेटले गप्पा झाल्या. घरी आलो. जेवलो व आराम केला.

''आई माझे कपडे इथं काढून ठेवले होते ते कुठं आहेत?''

''का रं?''

''मी कोल्हापूरला जाऊन येतोय.''

''का?''

''साहेबांनी पैसे दिलेत एकाला द्यायला, ते देऊन लगेच येतो, थांबत नाही. म्हणून मी शर्टाच्या खिशात हात घातला पैसे नाहीत.''

''आई, शर्टाच्या खिशात पैसे नाहीत.''

''अरे असतील बघ तिथेच.''

''नाही ना ग आई.''

''मग भाऊला विचार''

भाऊ म्हणजे माझा धाकटा भाऊ. त्याला भाऊ म्हणत होते सर्व

''तो कुठे आहे?''

"मला काय माहीत तुम्ही कूठं जाता ते?"

मी थोडा घाबरलो. त्या शर्टाच्या खिशात साहेबांनी दिलेले वीस हजार रुपये ठेवले होते ते तसेच ठेवले होते. मी बेचैन झालो. एवढ्यात भाऊ आला,

"अरे भाऊ इथे माझी पॅन्ट व शर्ट होता."

"हो तो माझ्या कपड्यांबरोबर पांडू धोब्याकडं दिला धुवायला."

"अरे माझे नशीब!"

"का रे?"

"जा जा अरे त्यात वीस हजार रुपये आहेत."

"काय म्हणतोस?"

भाऊ उडालाच व तसाच पळत धोब्याकडे. मी त्यांच्या मागे, गावातील लोक आमच्याकडे बघत होते की का पळताहेत हे.

पांडू धोब्याकडे आलो, तो कपडे घेऊन नदीवर. आम्हीही नदीवर. त्याला आम्ही गाठलाच.

"काय रे, का धापा टाकताय?"

"अरे माझे कपडे बघू."

त्यात नुकतचं बोचक सोडलं होतं. त्यात भाऊनं त्याचे कपडे व मी माझे कपडे शोधले आणि मी शर्टाच्या खिशात हात घातला आणि घाबरलोच, पैसे नाहीत. माझा चेहरा बघूनच भाऊ घाबरला

"दादा काय झालं?"

"पैसे नाहीत ना रे."

धोब्याला विचारलं. तो काय हात झटकून रिकामा झाला. मला काहीही माहीत नाही म्हणाला.

"अरे पण तू कपडे पाहिले नाहीस का तपासून?"

"मी कधीच बघत नाही, दुसऱ्याच्या खिशात हात घालायची सवय नाही मला."

आणि तो हसायला लागला.

माझा इकडे जीव जात होता. आणि तो हसत होता, मला त्याचा खूप राग आला.

"दादा आता रे?"

"अहो तुम्ही ठेवले होते काय नीट ते आठवा."

"हो हो."

"मग जातील कुठं? पाय फुटले काय पैशांना?"

"हे बघ पांडू. उगीच डोकं फिरवू नको."

"आता माझ्यावर कशाला चिडतोस?"

"गप्प बस बघू."

"दादा चल घरी बघू."

"बघा बघा घरीच असतील."

आम्ही धडपडत घरी आलो. मी माझी बॅग पूर्ण तपासली. पैसे मिळेनातच. मला घाम फुटला. एवढी मोठी रक्कम विश्वासानं साहेबांनी दिली आणि ती हरवली म्हणून कशी सांगणार? मी ती हडप केली असेच कोणीही म्हणणार. कॉलेजवर ही गोष्ट कळली तर काय होईल, माझ्याकडे सर्व संशयाने पहाणार. साहेबांकडे कोणत्या तोंडानं जायचं. असंख्य प्रश्न डोक्यात थैमान घालत होते. मी बसून होतो काही बोलत नव्हतो. एवढे पैसे उभे तरी कसे करायचे, कोण देणार?

"दादा!"

मी दचकलो. भावानं मला विचारलं.

"हे बघ कोणालाही बोलू नको."

"नाही बोलणार."

"पण तु काय करणार?"

बघतो काय सुचेनाच. मी गप्प आहे. असे बघून आईनेच विचारलं.

"काय रे, सापडलं का पैसे?"

"हो!"

कसा तरी शब्द माझ्या तोंडातून निघाला.

"मग?"

"जातोस काय कोल्हापूरला?"

"नाही."

"अरे, मघाशी जातो म्हणत होतास."

"उद्या परवा जातानाच जाईन म्हणतो."

"बग बाबा तुझं तू ठरव."

दोन दिवस कसे गेले हे माझं मलाचं माहीत. फार फार विचार केला. पण मार्ग सापडेना. तेथून मी अनेक प्राध्यापकांना फोन केला. पण सर्वांनी हात वर केले.

मग एक मार्ग सुचला, कॉलेजची पतसंस्था होती. त्यातून पैसे काढायचे व भरायचे. हा विचार मनाला शांतता देणारा ठरला. मी बॅग भरली.

"आई, मी निघतोय."

"काय चार दिवस राहणार होतास नव्हं?"

"झाले की तीन दिवस, जरा काम आहे जातो."

"बरं बरं."

"बाबा कुठं गेलेत?"

"ते परगावाला गेलेत."

"त्यांना सांग मी गेलो."

भाऊला घेतला स्टॅण्डवर आलो. परत त्याला एकदा बजावून घरी न सांगण्याचे सांगून मी एस्टीत बसलो.

खोलीवर बॅग ठेवून कॉलेजवर आलो पण कोणीही नव्हतं. उद्या सर्व जण येणार. मी शिपायाला विचारलं.

"साळवी, साहेब कुठे आहेत?"

"साहेब बाहेरगावी गेलेत. उद्या येणार."

मला जरा बरं वाटलं. मी होस्टेलवर गेलो. दुरुस्तीचे काम चालू होते.

"अरे सुर्वे, अजून काम पुरं झालं नाही?"

"सर काम कमी नाही. अजून चार दिवस लागतील सर्व पुरं व्हायला."

"पोरं येण्यापूर्वी होईल ना?"

"हो नक्की. पण तुम्ही लवकर आलात?"

"आलो, करमेना घरी, तुमच्या सर्वांची सवय झाली आता."

"काय सांगता सर, काय भानगड नाही ना?"

"चुप बदमाश!"

दोघंही हसायला लागलो.

दुसऱ्या दिवशी लवकर कॉलेजवर गेलो. "अरे पाटीलसर आले का रे साळवी?"

मी शिपायाला विचारले.

"नाही!"

"कधी येणार?"

"दुपारपर्यंत येतील. का हो सर?"

"अरे सहज."

"पैशाचं काम दिसतंय."

"तू कसं ओळखलंस?"

"अहो पाटील सर कर्मचारी पतसंस्थेचे चेअरमन आहेत. लोक त्यांची चौकशी कर्जासाठीच करतात."

"बरोबर ओळखलंस."

"पण तुम्हाला काय करायचे पैसे?"

"का रे, मला घर नाही, खर्च नाही?"

"पण पगार मोठा."

"अरे मोठा कुठला?"

"आमच्या पेक्षा मोठाच की,"

"होय रे पण खर्च तसाच."

"काय करता?"

"अरे घरी महिन्याच्या महिन्याला पाठवायला पाहिजे. खाणावळ, घरभाडं, कपडे, गाडी घेतली त्याला पेट्रोल, त्या गाडीचा हप्ता, भाऊ एक शिकतो त्याला पाठवावे लागतात."

"खरं आहे सर, ते बघा आले पाटीलसर. गेटमधून पाटीलसर व प्राचार्य मिळून येत होते. मी उठलो व पाटील सरांच्या ऑफिसमध्ये गेलो."

"अरे जाधवसर, तुम्ही कधी आलात?"

"काल आलो दुपारी."

"घरची बरी आहेत?"

"हो!"

"काही विशेष?"

"होय, म्हणून आलोय."

"काय बोला?"

"सर वीस हजार रुपये कर्ज पाहिजे."

त्यांनी ड्रॉव्हरमधून एक अर्ज काढला. हा भरा व यावर चेअरमन साहेबांची मंजुरी आणा."

"कुणाची?"

"चेअरमन साहेबांची!"

"तुम्ही चेअरमन आहात ना?"

"हो, तो या पतसंस्थेचा."

"मग?"

"ते आमचे चेअरमन, त्यांच्या परवानगीशिवाय कोणतेही कर्ज मिळत नाही."

"अरे बाप रे!"

"का?"

"काही नाही. म्हणजे त्यांच्याकडे जावं लागणार."

"होय!"

दुसऱ्या दिवशी सकाळी लवकरच मी कॉलेजवर आलो. कारण चेअरमन लवकरच येतात. कोण दुसरे येण्यापूर्वी त्यांची सही घ्यावी म्हणून मी आलो. शिपायाला विचारले,

"काय रे साहेब आहेत काय?"

"आहेत."

मी दरवाजा उघडला.

"या या जाधव."

मी आत गेलो.

"काय म्हणतात आई-वडील?"

"बरे आहेत साहेब."

"बरं काय आणलतं?"

"साहेब एक काम होते."

मी अर्ज पुढ केला.

"कर्ज काढताय?"

"हो"

"कशासाठी?"

"लागणार आहेत."

"पण कशासाठी लागणार आहेत?"

"एका कामासाठी"

"अरे मला न सांगण्यासारख असं काम आहे तरी कसलं?"

"साहेब घरची अडचण."

"अडचण घरची कसली आली... त्याला किती पैसे लागणार?"

“वीस हजार.”

“मी देतो जाधव, पण कर्ज कशाला काढता?”

त्यांनी बेल दाबली शिपायाला सचिवाला बोलवायला सांगितले. सचिव आले.

“जाधवांना माझ्या खात्यावरील वीस हजार रुपये द्या.”

सचिव निघून गेला आणि साहेबानी मला नेमका प्रश्न विचारला.

“अहो, ते करमळकरांचे पैसे दिलेत.”

मी गप्प उभा होतो. माझ्या डोळ्यांतून आपोआप अश्रू ओघळले.

“अरे काय झाले? बसा बसा.”

मी खाली मान घालून होतो.

“अरे काय झालं ते तरी सांगा.”

“साहेब, तुम्ही दिलेले पैसे माझ्याकडून हरवले, ते भरायलाच हे कर्ज काढत होतो.”

“कसे हरवले?”

त्यांना सर्व खरं सांगितले. ते हसायला लागले.

“अरे एवढेच होय. जाऊद्या विषय डोक्यातला काढा. मी तुम्हाला पैसे दिले होते हा विषयच नाही. एवढ्यात सचिव वीसहजार रुपये घेऊन आला.”

“सरांच्या कडे दे. त्यांना पाठवा हे पैसे.”

नकळत माझे हात जोडले गेले व मी खाली मान घालून बाहेर पडलो.

किती मोठं मन होत साहेबांचे, किती सहज त्यांनी हा विषय घेतला. माझ्या आयुष्यातील हा क्षण म्हणजे मी कधीही न विसरण्याइतकाच होता. साहेबांचे उपकार मी कधीही विसरू शकणार नाही. मी ते पैसे लगेच पाठवले आणि त्याची पावती साहेबांकडे आणून दिली.

मोठी माणसं मोठ्या मनाची असतात. आमच्यासारख्या असंख्य माणसांची मने सामावून घेण्याची, समजावून घेण्याची ताकद त्यांच्या जवळ असते.

सकाळी मी कॉलेजवर गेलो. साहेबांची गाडी पोर्चमध्ये होती. साहेबही तिथेच उभे होते. त्यांनी मला येताना पाहिले. शिपायाला पाठवून मला बोलाऊन घेतले व गाडीत बसायला सांगितले. साहेब स्वत: गाडी चालवत होते.

“चला जाधव, शेतात जाऊ.”

गाडी सुरू झाली, साहेब सांगत होते.

“जाधव माणसानं कष्ट केले तर सर्व काही करता येतं. आता माझंच पहा

मी कुठल्या कुठं आलो आणि खिशात काही नसताना हे सर्व उभं केलं. मी काही हे एकट्यानं केल नाही. तुमच्या सारख्यांची अनेकांचे याला हातभार आहेत. हा काटेरी झाडाझुडपाचा डोंगर होता आता बघा आंबा, काजू, नारळ, पोफळीच्या बागा दिसताहेत. हे एकदम होत नाही. यात प्राण ओतावा लागतो. दूरदृष्टी हवी. जिद्द व धाडस हवं. कर्तृत्त्वाला धाडसाचीसुध्दा साथ असतेच त्याशिवाय काहीही घडत नाही आणि कुठलंच कृत्य हातून होत नाही. संधीची वाट बघत आयुष्य घालवत बसायचं नाही तर स्वत: संधी निर्माण करायची आणि त्याचं सोनं करायचं. जाधव माणसाच्या मनात व मनगटात रग पाहिजे. 'लाथ मारील तिथं पाणी काढील' असे म्हणतात. पण तसं होत नाही आणि कुणी तसा प्रयोगही करून दाखवला नाही. अहो कितीही मोठा ताकदवान असला तरी आयुष्यभर लाथा मारल्यातरी पाणी काढू शकणार नाही. त्याला योग्य तोच निर्णय घेऊन योग्य ठिकाणी खोदाई केल्याशिवाय पाणी मिळणार नाही. आयुष्यात अनेक चांगले वाईट दिवस येतात, त्यांना कवटाळून, कुरवाळून बसायचं नाही. उद्याचे, परवाचे काय? ही दृष्टी पाहिजे. जे केलं त्याचं समाधान पाहिजे."

एकएक वाक्य म्हणजे जीवनाचे सार असल्यासारखे वाटत होते, साहेब बोलत बोलत ते दोनशे एकराचा मळा, त्याबद्दल माहिती सांगत आम्ही कधी परत पोर्चमध्ये आलो ते मला समजलंच नाही.

विद्यार्थ्यांची संख्या वाढू लागली. चार-चार, पाच-पाच विद्यार्थी खोलीमध्ये राहू लागले. हे चेअरमनसाहेबांच्या लक्षात आल्यावर एक दिवशी सकाळी मला बोलाऊन घेतलं.

"जाधव."

"सर!"

"एक काम करा. आपल्या इंजिनिअरना बोलावा. होस्टेल साईटवर चला."

मी, इंजिनिअर व एक शिपाई होस्टेल साईटवर पोचलो. साहेब अगोदरच पोचले होते.

"टेप आणली की नाही?"

"आणली साहेब."

"काढा."

आणि सरळ दुपारपर्यंत होस्टेलचा ले आऊट करुन घेऊन तीन मजली होस्टेल बांधायचं निर्णय केला.

"आता काढा तुम्ही याचा प्लॅन."

असं असायचं, कसा कसा ले आऊट घ्यायचा. लांबी रुंदी वगैरे सर्व साहेबांच्या डोक्यात. मग ले आऊट मग चुना मारला की दुसऱ्या दिवशी जेसीबी. पाया खोदला, टॅक्ट्रर, डंपरमधून डबर येऊन पडू लागला.

"जाधव, वसंतला बोलवा."

मी, वसंत व साहेबांच्या ऑफिसमध्ये पायाभरणी बाबत किती पैसे घेशील वगैरे विचारणा चालली. चहा आला. चहा घेतला, "चल पन्नास हजारला कर."

"करतो साहेब."

"जाधव, घाणेकरला बोलवा."

"कशासाठी साहेब?"

"जेवायला. अहो कॉलम, सेन्ट्रिंगची काम तो करतो ना सुरवातीपासूनच? खड्डे घेतले पाहिजेत, मग त्याला सांगायला नको?"

घाणेकरला साईटवर घेऊन साहेब गेले. त्यांना खड्डे कसे घ्यायचे ते समजावून सांगितले.

"चला उद्यापासून काम सुरू."

खडी, वाळू, सिमेंट पडू लागले. आणि बघता बघता 'जोतं' झालं.

कधीही कोणत्याही इमारतीचे भूमिपूजन मोठ्या प्रमाणात नाही, उद्घाटन नाहीच नाही. आपल्याच कुणाला तरी बोलवायचे, त्याला नारळ फोडायला लावायचे की काम सुरू. इमारत झाली की नारळ फोडला की आत प्रवेश. मोठा मोठा कार्यक्रम त्याचा खर्च, गाजावाजा हे त्यांना आवडत नव्हतं.

मला मात्र रोज सकाळी संध्याकाळी नवीन होस्टेल बांधकामावर पाणी मारणे, काय कमी पडत असले तर थेट साहेबांना सांगणे. एकहाती कारभार.

साहेब सकाळी सात वाजता बांधकामावर हजर असायचे. आम्ही आठ वाजता. कधी कधी क्लास असेल तर उशीर व्हायचा पण वेळ मिळेल तेंव्हा जायचे. दोन चार बांधकामाच्या साईट्स सुरू असायच्या. तसेच दोनशे एकरावर पाच पन्नास कामगार, शिपाई यांना कामाचे नियोजन सांगून कामाला लावून, आठ वाजता ऑफिसमध्ये यायचे. तरी काही कर्मचारी आलेले नसायचे. आठ वाजून पाच मिनिटांनी सर्व मस्टर्स साहेबांच्या टेबलवर जात होती. सर्वांच्या सह्या पाहून गैरहजेरी स्वतः लिहीत होते.

रोज संध्याकाळी माझी होस्टेल वारी असायची. मी जरी ती वारी असं म्हणत

होतो, मुलांना ती माझी 'स्वारी' वाटायची.

एक दिवशी काय वाटले कुणास ठाऊक. मी पीटीच्या मानेसरांना घेतले व संध्याकाळी अंधार पडल्यावर मुलांच्या खोल्या चेक करायच्या ठरवले. आणि नेमका पहिल्या खोलीमध्ये 'विजय पवार' रहात होता. त्याच्या खोलीची झडती घेतली. त्याला काय होतंय कळायच्या आत त्याच्या उशीखालच्या तंबाखूच्या पुड्या आम्ही हस्तगत केल्या. पवारच्या पॅन्टच्या खिशात सिगारेटचे पाकीट सापडले.

"काय रे हे पवार?"

"सर चूक झाली."

"हरामखोरानो, आई-बाप तिकडे काय म्हणत असतील? काय करत असतील आणि तुम्ही काय करता हे?"

"सर परत असं घडणार नाही. माफ करा."

"काही नाही प्राचार्यांच्याकडे चला."

दुसऱ्या दिवशी प्राचार्यांच्याकडे त्या खोलीतले दोघे घेऊन गेलो व त्यांच्या टेबलवर तंबाखूची पुडी, चुन्याची डबी, सिगरेट पाकीट वगैरे ठेवलं. ते बघतच राहिले.

"जाधवसर, माझ्यासाठी आणलंत की काय?"

"नाही हो सर!"

"मग?"

"आपल्या विद्यार्थ्यांची काल झडती घेतली."

"कोण?"

"विजय पवार!"

"बोलवा."

विजय आत आला.

"काय रे, काय हे? कधीपासून सवय आहे ही?"

"कधी नाही पण..."

"अरे पवार तू चेअरमन साहेबांच्या अगदी जवळच्या मित्राचा पोरगा ना?"

"होय!"

"मग चला त्यांच्याकडे."

"नको पाया पडतो, त्यांच्याकडे तेवढं नको."

"का?"

"सर शिव्या घालतील आणि मारतीलसुध्दा."

"अरे पण यात आम्ही काही निर्णय घेऊ शकत नाही. चल तू आमच्या बरोबर."

सर्व विद्यार्थ्यांना साहेबांच्या केबीनमध्ये जाताना घाम फुटतो व या विद्यार्थ्यांची पॅन्ट ओली व्हायची वेळ आली. अखेरपर्यंत तो आम्हाला हात जोडत होता. पण आम्ही रिस्क घेऊ शकत नव्हतो कारण तो साहेबांचा जवळचा होता.

आम्ही त्याला घेऊनच आत गेलो.

"काय रे, काय विजय? काय केलंस?"

"सर चूक झाली?" त्यानं सरांचे पाय धरले.

"अरे पण काय झालं?"

"याच्या खिशात हे सापडलं." आम्ही सिगरेटचे पाकीट व तंबाखूची पुडी दाखवली.

क्षणभर काही बोलले नाहीत.

"ठीक आहे जा तुम्ही."

आम्हाला आश्चर्य वाटले. असं कधी होत नाही. साहेब गप्प कसे? व्यसन म्हटलं की त्यांना फार राग. स्वत:ला कसलंही व्यसन नाही. मुलांनी कोणतही व्यसन केलेलं त्यांना आवडत नाही. मग साहेब गप्प का बसले?

आम्ही त्या विचारातच आपल्या आपल्या कामाला गेलो. तो विद्यार्थी खुशीत गेला.

दुसऱ्या दिवशी सकाळीच मला व प्राचार्यांना साहेबांनी बोलावलं.

"या बसा."

साहेब काही तरी लिहीत होते.

"दहा मिनिट थांबा."

परत लिहायला लागले. दहा मिनिटांनी विजय पवार व त्याचे वडील आत आले.

"ये ये बजरंग, कधी रात्री आलास?"

"होय!"

"बस."

आम्हाला एकदम लक्षात आले. काल साहेब काहीही एक शब्द का बोलले नाहीत. साहेबांनी हातातले कागद बाजूला ठेवले. विजयच्या वडिलांना बोलले,

"बोल."

"काय बोलू? याला घेऊन जातो. हा नालायक असले धंदे इथं करत असेल तर काय उपयोग?"

"प्राचार्य साहेब याची कागदपत्रे द्या मला."

"अरे ऐक."

"काय ऐकायचं? आम्ही तुमच्यापुढं अजून कधी असले धंदे केले नाहीत. तुमचा आदर्श घेऊन आजपर्यंत इथपर्यंत आलो आणि हा तुम्हालाच सापडावा? माझे दुर्दैव आहे म्हणायचं."

आणि ते रडायला लागले.

"अरे गप, रडतोस काय?"

हे सगळं बघून मुलानं हात जाडले.

"मी इथून पुढं कोणतंही व्यसन करणार नाही. मला माफ करा."

"चल परत असं कधी करू नको जा."

तो निघून गेला. आम्ही थोडं बोललो आणि आम्हीही निघून गेलो.

❖❖❖

साहेबांनी त्याच्या वडिलांना बोलाऊन घेतले होते. त्यामुळेच साहेब काही बोलले नव्हते. ही मात्रा चांगलीच लागू पडली. वडिलांनी आल्या आल्या त्याच्या दोन कानफाटात लावल्या. इतर मुलांनी आवरलं म्हणून. मग त्यांनी खूप सर्वांना सांगितलं व सकाळी साहेबांना भेटायला ते आले होते.

होस्टेलवर काही ना काही घडत होते पण आम्ही दुर्लक्ष करायचो. मुलं आहेत. दंगा करायचीच, आरडाओरड करायचाच, पण कारण नसताना आणि मर्यादेच्या पलीकडे जर करायला लागले तर आवर घालावाच लागतो.

ऑफिसमध्ये असो, घरी असो, विद्यार्थी असो अगर मेस व्यवस्थापक सुर्वे असोत, मुलं असोत, मुली असोत नेहमी काहीना काही कुरबुर, भांडणं, अडचणी, आजारपण आहेच. प्रत्येकाला, प्रत्येक वेळी, त्याचे ऐकून त्याचे समाधान करणे हेच माझे काम होते.

लाईट गेली हुल्लडबाजी, आरडाओरड.... पाणी गेले, आले नाही बोंबाबोंब. मेसमध्ये काही कमी पडलं आरडाओरड, फेकाफेकी, शिवीगाळ त्या मेसमधल्या मुलांवरील सर्व प्रसंगांना मी धावायचं. त्यांचं समाधान करायचं, कधी गोड बोलून कधी रागावून, कधी मग वरिष्ठांकडे तक्रार करून हे काम अविरतपणे चाललंच

होतं. दिवसरात्र माझे विषय शिकवून हे महत्त्वाचे व जबाबदारीचे काम, जे संस्थेने माझ्यावर विश्वास टाकून दिलं होते ते मी इमानेइतबारे करत होतो. त्याचं मला समाधान वाटत होतं. मध्ये मध्ये माझ्यावरही तक्रारी होत होत्या. काही जण त्याला खतपाणी घालण्याचा प्रयत्न करत होते. पण चेअरमन साहेबांच्या ठाम भूमिकेमुळे अनेकांचे मनसुबे धुळीला मिळत होते.

मी तसा चेअरमन साहेबांच्या अगदी जवळचा झालो होतो. त्यामुळे काही जण माझा राग करायचे. ते माझ्याजवळ बोलायचे नाहीत; कारण मी साहेबांना सांगेन म्हणून आणि काही जण मी जवळ आहे म्हणून द्वेश करत होते. पण मी कधीही त्यांना बोललो नाही. रेक्टरचे काम दिले ते करायचे व साहेबांशी प्रामाणिक राहायचे एवढेच.

या वर्षी गॅदरिंग वगैरे काही झाले नाही. कारण बराच प्रयत्न करून मुलांनी, आम्ही पाहिला पण साहेब ऐकायला तयार होत नव्हते. मग मुलांनी साहेबांचे काही मित्र, कार्यकर्ते यांना मध्यस्ती घालण्याचा प्रयत्न केला. पण तरीही उपयोग झाला नाही. एकदा मला प्राचार्यांनी व इतर प्राध्यापकांनी भरीस घातले.

''जाधव सर, तुमचेच साहेब ऐकतात. जरा तुम्ही बोला.''

''कशाबद्दल?''

''अहो, मुलांची इच्छा आहे. गॅदरिंगबद्दल.''

''नाही रे बाबा, तुम्हाला माहीत आहे ना?''

''आहे हो पण तुमच ऐकतील असा विश्वास आम्हाला आहे. म्हणून आम्ही म्हणतोय.''

एवढ्यात चार मुलांचे पुढारी आले.

''सर तुम्ही सांगू शकता. तुमचं ऐकतात.''

''अरे तुम्हाला माहीत नाही. ते स्वत:चसुध्दा ऐकत नाहीत.''

''असं नाही सर, प्रयत्न तरी करा.''

''बर बघतो बाबा, विचारतो. जातो वाघाच्या जबड्यात, काय करायचं? बघतो प्रयत्न करून काय होईल ते होईल.''

एका सकाळी वातावरणाचा अंदाज घेत मी दरवाजाजवळ पोचलो. साळवी शिपायाला विचारले 'आत कोण आहे.' तो 'कोण नाही' म्हणाला.

''साहेबांचा मूड कसा आहे रे?''

''चांगला आहे. नेहमीप्रमाणे. पण तो कधी बिघडेल ते मी कसा सांगणार?''

खर होतं त्याचं ते एकदम कोणताही विषय त्यांना पटला नाही की बिघडायचे आणि एकदम पराकोटीचे चिडायचे. मग नंतर शांत व्हायचे, दुसऱ्या दिवशी तर त्यांचे काहीही नसायचे. तो विषय तिथेच संपायचा.

"मी आत येऊ सर?"

"या या!"

साहेब काही तरी लिहीत होते. लिहिण्याचा फार छंद, वाचायचा फार छंद.

"बोला!"

"काही नाही, नवीन होस्टेलचे बांधकाम प्रगतिपथावर आहे."

"हो का?"

"हो सर!"

"किती थर झालेत? खिडकी लेव्हलला आली काय? किती खिडक्या? दरवाजे लागतात? दरवाजे किती बसवले?"

अहो माझी भंबेरी उडाली, मला काहीच उत्तरे देता येईनात. मी रोज होस्टेल साईटवर जात होतो. बांधकाम सुरू आहे एवढेच पहायचो.

"का हो, गप्प का?"

"काही नाही सर, ते आपले हे..."

"अहो जाधव, फक्त बांधकामावर जाऊन चालत नाही. काय चाललंय, काय पाहिलं, किती काम झालंय, किती राहिलंय, कुठं चुकलंय का? काही सूचना आहेत काय? हे सगळं बघावं लागतं. तुमचं कसं आहे, गड्याला सांगितले की रामा उद्या सकाळी उठून बाजाराला जाऊन ये. सकाळी तो उठतो व बाजारात जाऊन येतो. मालकानं विचारलं 'काय रे रामा! बाजारात गेलास? 'हो, जाऊन आलो मालक' तुम्ही सांगितल्याप्रमाणे बाजारात जाऊन आलो.' तसा प्रकार कधी करायचा नाही."

"होय सर!"

"मी रोज सकाळी साईटवर जातो, त्यामुळे मला सर्व माहीत असतं, हे तुम्हाला माहीत पाहिजे."

"माहीत आहे सर."

"मग का विचारलंत? याचा अर्थ तुम्ही दुसऱ्या कामासाठी आलात होय ना?"

"होय!"

"मग विचारा, पार्श्वभूमी कशाला तयार करता?"

“साहेब मुलं म्हणत होती या वर्षी तरी गॅदरिंग......”

“नाही होणार, तुम्ही त्यात पडू नका. तुम्हाला पुढं करतील. उद्या काय घडलं तर संस्था तुम्हाला जबाबदार धरेल. प्राचार्य बघतील काय ते.”

“बर सर!”

“जाधव माणसं ओळखा. जसं दिसत तसं नसतं, त्यामागं फार काही काही असतं.”

“होय सर!”

“मग चला आता.”

मी साहेबांकडे बघितलं ते स्मितहास्य करत परत लिहायला लागले. मी हळूच सटकलो.

मीसुध्दा अजून फार मोठा परिपक्व नव्हतो. नवीनच... आता जबाबदारीनं वागलं पाहिजे एवढच कळत होतं. मी शिकत होतो. व्यवहार शिकत होतो. प्रशासन शिकत होतो. बांधकाम शिकत होतो. मेस वसतिगृह त्यातले कामगार, विद्यार्थी, प्राध्यापक, क्लार्क हे सर्व व त्याचे कामकाज, वागण्याच्या पध्दती, बोलण्याच्या पध्दती हे सर्व माझे शिक्षणाचे विषय होते. जे कधीही मी शिकलो नव्हतो. जे कधी अभ्यासक्रमात आले नव्हते. अनुभव जे कधीच मला आले नव्हते ते येत होते. साहेबांचे वक्तव्य, भाषणे, संभाषण हासुध्दा माझा आवडीचा विषय त्यातून बरेच काय मी घेत होतो.

मी सकाळी कॉलेजवर पोचलो. तर मला चव्हाणसरांनी ‘जरा येता का हो जाधव सर’ म्हणून बोलवले.

“चला चहा पिऊन येऊ.”

“नको मी आताच आलोय चहा पिऊन.”

“चला हो.”

म्हणून त्यांच्या बरोबर गेलो. जाताना चव्हाणसर गप्प होते.

“काय हो सर, गप्प का?”

“जाधवसर एक विचारू?”

“विचारा!”

“तुम्ही काय संस्थेचे पैसे खाल्लेत?”

मी उडालोच.

“काय?”

“अशी कारकुनात चर्चा आहे.”

“कोण म्हणतो भडवा?”

“चिडू नका, एक चर्चा सांगितली.”

“अहो सर, नाही हो तसं काही.”

“नाही ना. मग सोडून द्या.”

“अहो सोडून कसा द्या?”

मी मागे फिरलो आणि ऑफिसमध्ये आलो. एका क्लार्कला विचारले तोही चाचरत म्हणाला.

“अशी चर्चा आहे बाबा सगळीकडे,”

मला काही समजेना, काय करावं समजेना. कोण माझ्या वाईटावर आहे. मी काय वाकडं केलं त्याचं म्हणून अशी लोक नाहक एखाद्याची बदनामी करतात? माझ डोकंच बधीर झाल. काही सुचत नव्हते साहेबांना हे समजलं तर नाहक गैरसमज करून घेतील. आपल्यावरचा विश्वासाला तडा जाईल. खरंखोटं करेपर्यंत बदनाम होणार. काय करावं समजेना.

उठलो बाहेर आलो. खोलीवर गेलो. राजीनाम्याचा अर्ज तयार केला व घाबरत-घाबरत साहेबांच्या ऑफिसमध्ये आलो. दारातच उभा होतो. येऊ काय म्हणून विचारायला धाडस होत नव्हते. साहेबांनीच बघितले.

“या या जाधव.”

तेच हास्य, प्रसन्न भाव,

मी खाली मान घालून पुढे झालो.

“बसा!”

मी उभाचं

“काय हो, का असा चेहरा?”

मला रडूच आले. मी ओक्साबोक्शी रडू लागलो.

साहेबांना काही कळेना हा का रडतोय. ते माझ्याकडे बघत राहिले. मी रडत राहिलो. बराच वेळ गेला. साहेबांनी माझ्याकडे बघण्याऐवजी काहीतरी लिहीत लिहीत असतानाच माझा ज्यावेळी आवेग ओसरला त्यावेळी त्यांनी वर पाहिले. पेन ठेवला व म्हणाले.

“बोला आता काय झाल?”

मी माझ्या हातातील कागद त्यांच्याकडे दिला. त्यांनी तो वाचला.

"ठीक आहे, मी मंजूर करतो."

मी उभाच राहिलो. परत मला उमाळा आला, साहेबांचा चेहरा गंभीर व रागीट दिसू लागला. ते एकदम माझ्यावर ओरडले.

"जाधव, काय हा बालीशपणा? तुम्ही काय झाल ते सांगणार नसाल तर हा अर्ज मंजूर करतो. जा तुम्ही, अरे हा अर्ज मी घेतला ते तुम्ही म्हणून, नाहीतर ही पध्दत नाही. ऑफिसमध्ये देतात. तो मी तात्काळ मंजूर करतो. येणाऱ्याला मी कधी नको म्हणत नाही तसं जाणाऱ्यालाही मी कधी अडवत नाही. हा प्रत्येकाचा प्रश्न असतो. फक्त तुम्ही विश्वासाची माणसं आहात, कष्टाळू आहात, प्रामाणिक आहात म्हणून मी विचारतो."

"सर, माझ्यावर खोटा आळ घेतलाय."

"कोणी?"

"इथल्या क्लार्क लोकांनी."

"कोण क्लार्क?"

"माहीत नाही."

"वा रे वा. बरं तुम्हाला कसं कळंल?"

"अशी चर्चा आहे."

"काय चर्चा?"

"मी पैसे खाल्लेत."

"कुठले पैसे?"

"काय माहीत?"

"अरे कोण आरोप करतो माहीत नाही, कुठले पैसे माहीत नाही, मग या वाऱ्यावरच्या बातम्या मनाला लाऊन घेतात का? थांबा."

साहेबांनी सर्व क्लार्कना बोलावले, सचिवांना बोलावले.

सर्व खाली मान घालून उभे राहिले.

"कोण मुर्ख रे तुमच्यात आहे त्याने जाधवांनी पैसे खाल्ले म्हणून बातमी उठवली. तुम्हाला काय धंदे नाहीत की काय? असल्या चांगल्या माणसाची बदनामी का करता?"

साहेबांनी सर्वांची हजामत केली व बाहेर काढले.

"हे बघा जाधव, तुमचं आयुष्य नेमकं आता सुरू झालंय, जीवनात असे असंख्य अनुभव येणार आहेत. तुम्ही जेवढे-जेवढे चांगले काम कराल, माझ्याजवळ

याल, संस्थेच्या जवळ याल, तेवढे तुम्हाला शत्रू जास्त होतील. नाहक काहीही उठवतील, विद्यार्थ्यांना उठवतील, तुम्ही प्रत्येक गोष्टीत विचार करून राजीनामा देत बसणार काय? आणि दिलात तर दुसरीकडे असे घडणार नाही कशावरून किंवा किती ठिकाणी राजीनामा देणार? अहो आपण हे विषय झटकून टाकायचे असतात. मी तुमच्या पाठीशी असताना तुम्ही कशाची काळजी करता?''

मी तो कागद साहेबाच्या टेबलवरून घेतला, फाडला.

''चुकलो साहेब!''

साहेबांना नमस्कार केला व बाहेर आलो. मनावरचे ओझं कमी झालं होतं.

❖❖❖

गावाकडून मला निरोप आला. मुलगी पाहिली आहे. तू बघून पसंत करून जा. मी साहेबांची परवानगी काढून मुलगी बघून पसंत करून आलो.

नेहमीप्रमाणे मी माझे काम सुरू केले. मला लेडीज होस्टेलवरून फोन आला. मी लगेच गेलो. पालक आले होते. ती मुलगी पहिल्या वर्गाला होती. पालक भेटायला आले की मुलगी रडायची. तिची समजूत काढली की रडायची थांबायची. मग वडील-आई गाडीत बसले की पळत गाडीच्या समोर उभी रहायची. ती हालायचीच नाही. मग तिचे वडील मला फोन करायचे, त्याप्रमाणे आजही फोन केला. तो प्रकार पाहिला व मुलीला खूप समजावून सांगितले. तिला पटले व आई-वडिलांची सुटका झाली. ती मुलगी पुढे चांगल्या मार्कांनी पास होऊन इंजीनिअर झाली.

दिवस जात होते. अनेक अडचणी येत होत्या, सुटत होत्या. माझे लग्न झाले. मी चांगलं घर बघुन कुटुंब थाटलं.

आता ज्या मुलांचे गॅदरिंग रद्द केले ते आता चौथ्या वर्षाला आले होते. माझ्या मागे सारखे टुमणं होतं सर हे आमचे शेवटचे वर्ष. सरांना सांगा यावर्षी 'गॅदरिंग' घ्या म्हणून.

मी दुर्लक्ष करत होतो. बघतो, सांगतो असे टोलवत होतो. एकदा स्टाफमध्येच चर्चा झाली व सर्वांनी मिळून स्टाफ मीटिंगच्या वेळी साहेबांना सांगायचे ठरवले पण सांगणार कोण? मग सर्वांनी माझंच नाव पुढं केलं.

मी स्टाफ मीटिंगपर्यंत तयारी केली. त्याअगोदर साहेबांच्या मर्जीतल्या चार मुलांना तयार केलं व साहेब राउंडला येतात, त्यावेळी त्यांना त्यांच्या मूड बघूनच विषय काढण्यास सांगितले. मुलंही तशी टरकली. कारण साहेब केव्हा काय, कधी करतील, बोलतील, वागतील कोणालाच अंदाज येत नव्हता. कधी 'कधी होणारच

नाही’ ते ‘हो’ म्हणायचे. आकलन न होणारे व्यक्तिमत्त्व म्हणतात ते हेच.

त्या दिवशी साहेब होस्टेलवर आले. शिपायाने चार खुर्च्या ठेवल्या, मी होतोच. मी पीटी टीचर मानेंना बोलाऊन त्या विद्यार्थ्यांची तयारी करून घेतली होती. साहेब बसले आणि चहा आला, की बरोबर विद्यार्थ्यांना पाठवायचे. चहा घेताना, जेवताना शक्यतो साहेब चिडायचे नाहीत. सुर्वेनी ठरल्याप्रमाणे चहा आणायचे ठरवले होते.

“बसा जाधव”

“कसं चाललंय?”

“कुणाचं?”

“तुमचं, या गावचं, या जिल्ह्याचं, राज्याचं, देशाचं? अहो वसतिगृहाचं काम कसं चाललय विचारतोय.”

“चांगलं चाललंय साहेब.”

“तेच विचारतोय.”

“जेवण?”

“वेळ आहे अजून.”

“अहो जेवण कसं आहे? मुलांच्या तक्रारी आहेत का? तुमच जेवण झालं का विचारत नाही.”

“मला वाटलं......”

“काय वाटलं? आणि तुमच लक्ष तिकडं कुठं?”

“कुठे नाही. चहा सांगितला होता! आलाच व तेही आले.”

“कोण आला? कोण आले.”

“चहा आला व सुर्वे आले.”

मी सावरलो कारण चहाबरोबर विद्यार्थी व पीटी टीचर आले होते.

पण माझे लक्ष नव्हते. “घ्या चहा घ्या.” एवढ्यात चार मुलं पुढे आली.

“काय रे पवार, का आलास? घरची बरी आहेत काय? काय म्हणतोय अभ्यास? चौथ्या वर्षाला आहात ना?”

“होय!”

“चांगला अभ्यास करा, काही अडचण?”

“अडचण काही नाही, सहज नमस्कार करावा म्हणून आलोय.”

“करा ना मग.”

सर्वांनी साहेबांना नमस्कार केला. एकानं धाडसानं विचारलं.

"सर!"

"बोला."

"या वर्षी आमचं शेवटचं वर्ष."

"मग?"

"गदरिंग केलं असतं तर खेळात वगैरे एखादं सर्टिफिकेट मिळालं तर पुढं ते चांगल उपयोगी पडलं असतं आम्हाला."

साहेब काहीही बोलले नाहीत.

"झालं? चला."

विद्यार्थी निराश होऊन गेले. ते गेले त्यावेळी त्यांच्यासाठी शेकडो मुलं वाट पहात होती.

"काय म्हणाले साहेब?"

"काहीही बोलले नाहीत."

"काय?"

"होय झालं? चला! एवढंच बोलले."

मी व पीटी टिचर घाबरून बसलो. पण काहीही नाही साहेब उठले गाडीत बसले निघून गेले. पटापट सर्व विद्यार्थी आमच्या भोवती जमा झाले.

"सर, काय झाले?"

"काही नाही. या मुलांनी विषय काढला."

"मग?"

"तुमचं झालं तर चला."

एवढेच साहेब बोलले

"तुमच्याशी चर्चा?"

"चर्चा? खुळा आहेस काय रे?"

"सर, मग काय करायचं?"

"उद्या कळेल? येस् ऑर नो"

मुल नाराज झाली. आम्ही नाराज झालो, आम्ही घरी गेलो.

सकाळी बरोबर आठ वाजता प्राचार्यांना, जाधव व माने यांना घेऊन या, असा चेअरमन साहेबांचा निरोप आला. प्राचार्यासह आम्ही मनात भीती ठेवून गेलो आम्ही आत जाताच.

“दुपारी मुलांची बैठक घ्या आणि विद्यार्थी परिषद निवडा, गॅदरिंगची तारीख पक्की करा, पाहुणा ठरवा व माझ्याकडे या.”

मनातून आम्ही सुखावलो. बाहेर आलो. खूप आनंद झाला. लगेच आम्ही ही बातमी मुलांना सांगितली. मुलं नाचायला लागली.

दुपारी ठरल्याप्रमाणे विद्यार्थीसभा, विद्यार्थीपरिषद गठित करून त्यांची सभा घेऊन पाहुणा ठरवून, विद्यार्थी वर्गणी ठरवली. खर्च काढला व सर्व अंदाजपत्रक घेऊन साहेबांच्याकडे गेलो.

साहेब कामात होते. सकाळी बसूया असा निरोप आला. आम्ही सकाळी साहेबांकडे जाणार एवढ्यात काही मुलं आली. सर, काही विद्यार्थी म्हणतात,

“पैसे जमतात ते आम्ही खर्च करू”

प्राचार्य भडकलेच

“काय? आमच्यावर विश्वास नाही?”

“तसं काही मुलं म्हणतात.”

“त्यांना अक्कल नाही.”

“सर, जाऊ द्या तो विषय नाही. तू जा रे बघूया नंतर.”

मी प्राचार्यांना शांत करून साहेबांकडे जायला निघालो.

“सर, साहेबांकडे फक्त विषय काढू”

“कोणता?”

“आता जो मुलाने सांगितला तो.”

“साहेब भडकतील.”

“नाही.”

“खात्री?”

“हो. तरीसुध्दा हा त्या विद्यार्थी पाटलाचा डाव.”

“असू द्या हो सर, ते जमा खर्च करतील.”

“ते ही खरच नस्ती भानगड.”

आम्ही साहेबांच्याकडे गेलो पटापट सर्व मान्य.

“साहेब!”

“बोला!”

“मुलं म्हणतात पैसे, ‘आम्ही जमवतो आम्ही खर्च करतो’.”

“चांगल आहे की! करा म्हणावं. हाही अनुभव पण परत कधीही कॉलेज हे

हातात घेणार नाही. आणि हो, प्रमुख पाहुण्यांचा जेवढा खर्च असेल तेवढा संस्था करेल.''

मुलांनी स्वत:हून सगळं करावं हे साहेबांच तत्त्वचं होतं.

❖❖❖

गॅदरिंग धुमधडाक्यात झालं. मुलं खुश झाली. आजूबाजूची हजारो माणसे करमणुकीचे कार्यक्रम बघायला आली होती. 'कोरीओग्राफर' आणून डान्स बसवले होते. ऑर्केस्ट्रा आणला. भला मोठा मंडप, लाईट, जनरेटर, जेवण, रोज नाष्टा, फारच रेलचेल तीन दिवस होती. मुलांचा उत्साह ओसंडून वाहात होता. फक्त दंगा कुठे होता कामा नाही याची दक्षता घेत. कारण जर का दंगा आढळला तर गॅदरिंग कॅन्सल होईल याची भीती प्रत्येकाला होती. साहेब कधीही कोणताही निर्णय घेतात याची भीती होती.

गॅदरिंग सुंदर झालं. दोन दिवसाच्या विश्रांतीनंतर कॉलेज नेहमीसारखं सुरू झालही. दोन चार दिवस असेच गेले आणि काही मुलं आली. ही मुलेच गॅदरिंगचे पैसे जमवत होती खर्च करत होती.

''सर येऊ का?''

''ये ना रे''

''सर, प्रॉब्लेम आलाय.''

''का रे?''

''खर्चाचे गणित बसत नाही.''

''का?''

''चाळीस हजार कमी पडतात.''

''का?''

''अहो त्या अमक्यान दिले नाहीत. तमक्यान दिले नाहीत.''

''हे सांगून उपयोग काय?''

''सर देणेकरी रोज येतात.''

''मग मी काय करू?''

''प्राचार्यांचेकडे चला ना.''

''चला.''

''या या जाधव, काय काढलंत?''

''याना चाळीस हजार रुपये कमी पडतात.''

"काय?"

"होय!"

"मोठ्या बढाया मारत होता आम्ही हे करतो, ते करतो काय केलंत? अरे किती पैसे वर्गणी काढलीत."

"दोनशे पन्नास."

"काय?"

"होय!"

"तरीही कमी पडले. बघा प्रथम आपण शंभर रुपयात सर्व करत होतो. कमी पडणारे पैसे संस्था देत होती. आता घ्या उरावर दगड चेपून."

"सर काय करायचं?"

"परत तुम्ही काढा. तुम्हाला सुचवणारा कुठं आहे?"

"तो तुमचं तुम्ही बघा म्हणतो आम्हाला."

"म्हणणारच, तुमची खोडच मोडायची होती त्याला."

"सर, साहेबांकडे जाऊया."

"कशाला, जोडे खायला?"

एवढ्यात शिपाई बोलवायला आलाच.

"साहेबांनी तुम्हाला व जाधवांना बोलवलंय."

प्राचार्य व मी गेलो.

"काय काय झाला विद्यार्थ्यांचा प्रॉब्लेम?"

"त्यांना पैसे कमी पडतात."

"किती?"

"चाळीस हजार"

"कुणाकुणाचे द्यायचे आहेत?"

"विद्यार्थ्यांना विचारावं लागेल साहेब."

"बोलवा त्यांना."

मी लगेच त्या मुलांना बोलावले. ती मुले आली आणि जे साहेबांनी तोंड टाकलं. पोर गप्प होती.

"कोणाचे देणे आहे रे?"

त्यानं यादी दिली. साहेबांनी शिपायाला बोलाऊन सचिवाला बोलवायला सांगितले.

सचिवाला बोलवायला सांगितल्यावर मी विद्यार्थ्यांना खूण केली. कारण सचिवाला बोलवले की समजायच काम झालं.

सचिव आला.

“ही यादी घे यांना चेक दे. चला”

सचिव व विद्यार्थी बाहेर गेले.

“प्राचार्य तुम्ही जरा नियंत्रण ठेवले पाहिजे. अहो मला एक दोघांचे फोन आले. गॅदरिंगचे पैसे राहिले म्हणून. हे मला चालत नाही. पुढील वेळेस काळजी घ्या. जेवढी रक्कम तेवढेच बजेट. तुम्ही लक्ष घालायचे.”

साहेबांना फोन आल्यामुळे त्यांनी आम्हाला बोलाऊन घेतले व पैसे दिले. या संस्थेचे वैशिष्ट्य होते. कोणाचेही पैसे कधी बुडवले नाहीत. जे ठरले असेल ते चेकने पेमेंट होत होते. कर्मचाऱ्यांचे पगार, बिले, सर्व चेकने पेमेंट. येणारी रकमेची पावती होत होती व जाणारी चेकने हे वैशिष्ट्य होत. इतर संस्थात जो गोंधळ असतो तो इथं नव्हता. फारच शिस्त. कोणाचे देणं राहिले व जर फोन आला तर मग काय खरं नाही.

पैसे नसतील त्यावेळी कामं थांबवायची, उगीच उधार उसनवार नाही, कामगारांना आठवड्याला पेमेंट तेही चेकनेच.

पैसे नसतील त्यावेळी कामगाराना सांगणार बाबांनो दोन महिने पैसे मिळणार नाहीत. काय करता, बघा नाहीतर दुसरीकडे बघा. पैसे आले की मी बोलवतो. पण कामगाराना माहीत होतं. पैसे बुडणार नाहीत.

गॅदरिंगचे पैसे संस्थेने दिले म्हटल्यावर विद्यार्थी खुश झाले. साहेब बोलले तरी काहीही अडू देत नाहीत. सदैव मदतच करत राहतात याची प्रचिती आली.

गॅदरिंगच्या व्यापातून, तापातून आम्ही व मुलं मुक्त झालो. परीक्षा जवळ आली. मुलही आभ्यासाला लागली. सर्व प्राध्यापक आपला अभ्यासक्रम पूर्ण करण्याला गुंतले. रोज सकाळी यायचे, शिकवायचे. वसतिगृहाकडे चक्कर मारायची बांधकाम पहायचं. साहेबाना रिपोर्ट करायचा.

एक दिवस सकाळीच साहेबांचा फोन आला, ‘ताबडतोब या.’ कशाला बोलावले असेल या विचारात मी साहेबांच्या ऑफिसजवळ पोचलो.

“आत येऊ सर?”

“या या बसा”

“सर!”

“जाधव आपल्याला कनिष्ठ महाविद्यालय सुरू करायचं आहे. त्याचे तात्काळ प्रपोजल पाठवा.”

मग काय रात्रभर सर्वजण बसलो आणि प्रपोजल शासनाकडे पाठवले.

साहेबांचं एक होतं एकदा मनात विचार आला, की ती गोष्ट पूर्ण होईपर्यंत स्वत: स्वस्थ बसत नव्हते व दुसऱ्याना बसू देत नव्हते. कधी कधी रात्री अपरात्री एकटेच गाडी घेऊन संपूर्ण कॅम्पसवर फिरायचे.

“साहेब, आपली पहिलीच बॅच या वर्षी बाहेर पडतेय.”

“याच महिन्यात परीक्षा आहेत. परीक्षा झाल्या की मुलं गावी पळतात.”

“मग?”

“निरोप समारंभ करूया का?”

“करूया करूया. चांगलाच करूया. सर्व प्राध्यापकांची बैठक लावा. आजच्या आज.”

दुपारी चार वाजता बैठक घेतली मुलांचा निरोप समारंभाची तारीख ठरली वेळ तीन वाजता. हा कार्यक्रम चांगला करायचा व रात्री संस्थेतर्फे विद्यार्थ्यांना जेवण असा कार्यक्रम ठरला.

साहेबांनी आपल्या सर्व कार्यकर्त्यांना बोलावले.

दुपारी तीन वाजता कार्यकर्त्यांनी हॉल भरला. विद्यार्थीच येईनात. साहेबांच्या पेक्षा प्राचार्य व आम्ही घाबरलो. चिंतेत पडलो.

“येतील हो एवढ्यात.”

कोण तरी म्हणाले.

साडेतीन वाजले. साहेब वैतागले. कारण वेळेच्या बाबतीत एकदम कडक शिस्त. ठरलेल्या वेळेत हजार मैल प्रवास जरी असला तरी जाणारच. पाच दहा मिनिटे अगोदरच.

“काय हो प्राचार्य काय झालं?”

साहेब चिडलेच.

“काही माहीत नाही. पण विद्यार्थीच दिसत नाहीत.”

पावणेचार वाजता साहेबांनी सर्वांना बोलावले आणि आणलेला चहा नाष्टा सर्व कार्यकर्त्यांना दिला आणि त्यांना जायला सांगितले. साहेबांचा मोठा अपमान झाला. आम्ही फारच घाबरलो. आता काय निर्णय घेतात, कोणास ठाऊक. साहेब काहीही बोलले नाहीत. रात्री दीड-दोनशे विद्यार्थ्यांचे जेवण केले होते. तिथं हाच

प्रकार. मुलं आली नाहीत. मग पीटी टीचर माने व मला साहेबांनी पहिल्या वर्षाच्या मुलांना जेवायला घेऊन या असे सांगितलं. ती सर्व मुले व आम्ही स्टाफ जेवलो व घरी आलो.

दुसऱ्या दिवशी साहेबांनी आदेश काढला.

या संस्थेमार्फत येथून पुढे विद्यार्थ्यांचा निरोप समारंभ होणार नाही.

चेअरमन

❖❖❖

काही स्टाफला, प्राचार्यांना व मला बोलावले आणि सांगितले, 'त्या सिनिअरच्या मुलांशी कोणीही बोलायचं नाही.' झालं, मुलं बोलायला जवळ येत, आम्ही तोंड फिरवून निघून जात होतो. सर तरी तोंड बघत नव्हते.

परीक्षा सुरू झाली, संपली, पण या एका कृतीने विद्यार्थी व प्राध्यापक, विद्यार्थी व संस्था यांच्यात दुरावा निर्माण झाला 'याला कारण कोण? कुणी केलं हे सगळं?' याची माहिती मिळाली.

मी काहीतरी काम होत म्हणून रात्री मी साहेबांच्या घरी गेलो होतो. चहा पाणी घेतले. घरी व बाहेर साहेब फारच फ्री वागायचे. आत एक, बाहेर एक काही नाही. काय असेल ते सडेतोड. पोटात एक ओठात एक कधीच नाही. बोलत असले की तासन् तास ऐकत राहावं असं होतं. बाहेर काहीतरी आवाज आला.

"जाधव, बाहेर बघा हो काय आहे?"

मी दरवाजा उघडला अंधार होता. पण हालचाल झाली. मी पुढं गेलो तर सिनिअरची सर्व मुले येऊन उभी होती. मी मागे फिरलो.

"साहेब सिनिअरची मुलं आलेत."

"तोंड बघायची इच्छा नाही म्हणावं, त्यांना आणि जायला सांगा."

मी बाहेर आलो. निरोप सांगताच काही मुलं रडायला लागली.

"सर एक वेळा फक्त माफी मागू द्या आम्ही जातो."

एवढ्यात बाहेरच्या लाईट लागल्या. साहेब बाहेर आले.

"काय रे, का आलात?"

असे म्हणताच सर्व जण त्यांच्या पायावर पडून रडू लागले. "सर माफ करा आमची चूक झाली. आम्हाला हे करण्यास भाग पाडलं."

मुलं सांगत होती रडत होती.

त्याचं कारण होतं, जरी साहेब चिडत होते, रागवत होते, शिव्या देत होते

तरी अत्यंत प्रेम करायचे मुलांच्यावर. फार काळजी घ्यायचे. कुणाला बोलू द्यायचे नाहीत. काही काही वेळा स्वत: लक्ष घालून सर्व करून घ्यायचे. कोणतीही सुविधा मुलांना द्यायला मागे पुढे पहात नव्हते. याची जाणीव मुलांना होती.

साहेबांनी अनेक मुलांची फी माफ केली. काहींची स्वत: भरली. अशा माणसाला आपण दुखावलं, याची बोच काही मुलांना होती. सर्वच मुलं वाईट नसतात, पण काही जण त्यांना काही गोष्टी करायला भाग पाडतात.

साहेब समोरच्या मुलाच्या कृतीनं हेलावले, काही मुलांना त्यांनी आपल्या पोटाशी धरले. "जा तुम्हाला माफ केलं. तुमचा पुढील प्रवास सुखाचा होवो, तुम्हाला यश लाभो, हे माझे आशीर्वाद." सर्व मुलं सद्‌गतित झाली. साहेबांच्या डोळ्यात पाणी आलं.

मुलं आली तशी गेली. पण मी मात्र अंतर्मुख होऊन गुरूशिष्याचा पाठशिवणीचा खेळ पाहून थोडा गहिवरलो. पहाडासारखे साहेब एवढा मुलांनी अपमान केला, पण क्षणात विसरून त्यांना पोटाशी धरणारे संस्थापक पहिलेच मी पाहिले. का कुणास ठाऊक मी साहेबांच्या पाया पडलो.

"अरे अरे जाधव, काय करता?"

"नाही सर प्रत्येक वेळी तुम्ही मला वेगळेच दर्शन देता."

"नाही जाधव, आपण त्या त्या परिस्थितीचा विचार करावा. त्या कारणाचा विचार करावा. कोणीही उगीच काहीही करत नाही. ती परिस्थिती त्याला ते करायला लावते. शेवटी ती मुलं आहेत. आणि आपण गुरू. त्यांची चूक जर आपण पोटात घेतली नाही तर ही मुलं शेकडो मैलावरून येतात ते, आपल्यावर विश्वास ठेवून. त्यांना जाताना असे दु:खी करून पाठवण मला पटत नाही म्हणून. कारण त्यांची व आपली भेटच आता होणार नाही. झालीच तर विद्यार्थी म्हणून नाही आणि शेवटी त्यांचे कर्म त्यांच्याबरोबर."

सद्‌गतीत होऊन मी बाहेर पडलो.

❖❖❖

परीक्षा संपली. मुले घरी जायला निघाली. आपल्या आपल्या घरी जायला मुले खूपच उत्सुक असतात. शेवटच्या पेपरला जातानाच काही काही बॅगा घेऊनच जातात. कधी एकदा घर गाठतो अस होतं. पहिल्या वर्षी तर खूप विद्यार्थी होमसिक होतात. मग हळू हळू रुळतात. ही चार वर्षे आयुष्यातील फार महत्त्वाची असतात. हे अनेक वेळा त्यांना सांगावं लागतं. मी सकाळीच होस्टेलवर गेलो होतो. सर्वांना

खोल्या उघड्या ठेवायला अगर कुलपाची किल्ली सुर्वेकडे द्या सांगायचं होतं. कारण काही दुरुस्ती करायची होती.

होस्टेलवर गेलो तर कागदांचे ढीगच पडले होते. अस्ताव्यस्त जुन्या वह्या, नोटस्, कागद, सर्व एकत्र गोळा करायला दोन शिपाई घेतले. सिनिअरची जवळ जवळ सर्व मुले सोडून चालली होती. सिनिअरची मुलं एकमेकाला निरोप देत होती. रडत होती. चार वर्षे एकत्र, सुखदुःखात, आनंदात, फिरण्यात, दंगा करण्यात काढली होती. आता इथलं वास्तव्य, सकाळपासून संध्याकाळपर्यंतचा कार्यक्रम हिंडण, फिरणं मजा करणं, ओरडणं, सगळं सगळं काही थांबणार होतं. आता आयुष्याला खऱ्या अर्थाने सुरवात होणार. जबाबदारी पडणार आणि परत एकमेकांची भेट होणार की नाही याची खात्री नव्हती. झालीतर केंव्हा तरी प्रसंगानुरूप भेट होणार होती.

सर्वांचीच घालमेल चालली होती. जवळचे मित्र पटापट चालले होते. लांबचे थांबले होते, कारण त्यांना रात्री गाड्या होत्या.

मी एवढ्यात पुढं गेलो. सर्वजण माझ्या पाया पडले.

"सर माफ करा, आमच्याकडून काही चुका झाल्या असाव्यात."

"अरे मुलं तुम्ही चुकणारच. पण मनाने चांगली आहात तुम्ही."

"सर आम्ही रात्रभर झोपलो नाही. प्रत्येक ठिकाणी जाऊन आलो. क्लासरूम, जुने वसतिगृह, जुने कॉलेज, जिथं जिथं आम्ही गेलो, तिथंला आनंद लुटला. तिथं गेलो बसलो. सर डोळयातून धारा वाहत होत्या. हे आता आमच्या नशिबात परत नाही या जाणिवेतून मन हेलावत होतं. परवापर्यंत काही वाटत नव्हतं पण कालपासून आपल्याच कॉलेजबद्दल या वसतिगृहाबद्दल, सरांच्याबद्दल विरहाची भावना वाटू लागली. कारण हे आता आमचं राहणार नव्हतं."

"नाही रे हे तुमचंच आहे."

"नाही सर, चार वर्षे आमची होती. कधी गेली चार वर्षे कळले नाही. जे कळले ते आता. या कॉलेजला या रस्त्यावर, या बागेत, या मेसमध्ये व या वसतिगृहात पुन्हा आपण दिसणार नाही. केवढी ही सत्त्वपरीक्षा."

"अरे आता भविष्यात असल्या अनेक परीक्षा द्याव्या लागणारच आहेत."

"पण सर, ही जीवघेणी ताटातूट नको वाटते."

"असं होत नाही रे बाळानो, प्रत्येकाच्या जीवनात हा क्षण येतो. आता हे बघा हे कॉलेज आज सोडावं लागणारं, उद्या घर सोडावं लागणार, गाव सोडावं लागणार,

नोकरीच्या ठिकाणी जावं लागणार. जीवनात अशी स्थित्यंतर मरेपर्यंत येतात. आता आम्ही बघा येऊन राहिलोच ना इथे?''

"ते खरं आहे, सत्यही आहे, पण हे सत्य कालपासून आम्ही स्वीकारण्याचा प्रयत्न करतोय.''

"जा चला. आयुष्यात यशस्वी व्हा. चांगले वागा. आपलं, आईवडिलांच नाव काढा. कॉलेजच नाव चांगलं करा. आमचे सर्वांचे आशीर्वाद आहेत.''

"सर, साहेब काय म्हणत होते? त्यांनी आम्हाला माफ केलं का? आम्ही त्यांना भेटून जाऊ का?''

"साहेबांनी कालचं तुम्हाला माफ केलं. आज ते नाहीत. तुम्हाला माहीत नाही. तेसुध्दा भावनावश होतात.''

"येतो सर आम्ही''

काही जण गेटमधून मागे बघत डोळे पुसत-पुसत निघून गेले. काही होस्टेलवर गेले. मी मात्र आळीपाळीनं दोघांच्याकडे बराच वेळ बघत होतो. आणि मला उगीच एका कवितेच्या ओळीची आठवण झाली.

अशी पाखरे येती स्मृती ठेऊनीया जाती।
दोन दिसाची गम्मत जम्मत दोन दिसाची नाती।।

मीसुध्दा थोडा भावनावश झालो आणि घरी परतलो.

❖❖❖

संस्थेचा परिसर आता मोकळा मोकळा वाटत होता. मुलं गेली. प्राध्यापक गेले. फक्त कारकून व साहेबच महिनाभर या संस्थेच्या आवारात राहाणार. मी हा विचार करत करतच संस्थेच्या ऑफिसमध्ये गेलो. साहेबांकडे कोणीतरी बसले होते. म्हणून मी सचिवांच्याकडे बसलो. सचिव आपल्या कामात. मी समोर गेल्यावर,

"या या जाधवसर, बसा.''

"साहेबांकडे कोण बसलेत?''

"कोण का असेना तुम्हाला कधीही केव्हाही साहेबांच्याकडे जाण्याची परवानगी आहे.''

"होय तेवढं आहे.''

"अहो, हे काय कमी नाही. आम्ही दहा वेळा विचार करतोय जाऊ की नको, एक काम घेऊन जावं तर साहेब दुसरंच विचारतात, जे आपल्याला माहीत नसतं.''

"माझंही तसच होतं. पण मी वेळ मारून नेतो.''

“तेही साहेबांना कळतं”

“होय रे बाबा, बर येतो मी.”

“तुम्ही सुट्टीवर जाता की काय?”

“तशीच परवानगी काढायला आलोय.”

“मग जा जा.”

मी उठलो व साहेबांकडे गेलो. साहेबांकडील लोक कधीच गेले होते.

“येऊ का साहेब?”

“या या जाधव, कधी जाता?”

काय करावं आता यांना मनातलंसुध्दा कळायला लागलं वाटतं.

“तुम्ही म्हणालात तर जाणार.”

“आम्ही जा म्हणून सांगणार. गाव, घर, नाती गोती आम्ही सोडली म्हणून तुम्ही सोडावी असं थोडच आहे.”

“नाही नाही तसं नाही साहेब.”

“जा जा आई वडील तिकडे आहेत. इतर लोक सुट्टीवर येतात. आपला पोरगा का येत नाही असं वाटतं त्यांना. जगात आई वडील यांच्यापेक्षा मोठा गुरू व मोठा देव कोणीही नाही.”

“मग येतो साहेब मी”

“या लवकर या, पैसे वगैर पाहिजेत?”

“नको नको, पगार कालच झालाय.”

“अहो सुट्टी पडताना, दिवाळीच्या वेळी, पगार वेळेवर करावा. कारण इतरांसारखे लोक तुमच्याकडेही नोकर म्हणून पाहणार. तुम्हालाही काहीतरी घरी घेऊन जावं असं वाटणार. त्याची काळजी मी घेतो. कधीच मी कर्मचाऱ्यांना मोकळया हातानं सुट्टीवर पाठवत नाही. पण लवकर या. अरे हो, सांगायचे राहून गेलं. आपल्याला कनिष्ठ महाविद्यालयाची परवानगी आली. ते लवकर सुरू करायचं. तुम्हीच बघायचं ते.”

“कशी काय? शासनाने दिलेली परवानगी तर रद्द केली होती.”

“अहो तुम्हीच एक पत्ता दिला होता नागपुरचा. त्याच्याकडून एकत्रित सुप्रीम कोर्टात आपण गेलो, आपली तेवढी मान्यता मिळाली. बाकी रद्द. या या तुम्ही.”

मी परवानगी घेऊन बाहेर पडलो. किती विचार करतात हे खोलवर दूरवर, दूरदृष्टी यालाच म्हणतात.

जून महिन्याची सात तारीख, मृग नक्षत्र सुरू झाले आणि आजच मुलांची नोंदणी सुरू होती. 'रेक्टर' म्हणून मी त्यांच्या फॉर्मवर सही करत असे. त्यामुळे दोन तीन दिवस माझे कार्यालयात जात होते. दोन दिवस रजिस्ट्रेशन झाल्यावर वर्ग सुरू झाले.

संध्याकाळी वसतिगृहावर गेलो तर एक वसतिगृह बंद होते. मी सुर्वेंना बोलवायला एका विद्यार्थ्याला पाठवले. तोपर्यंत साहेबांची गाडी आली. शिपायानं खुर्च्या ठेवल्या. साहेबांनी राउंड घेतला आणि नेहमीच्या ठिकाणी बसले.

"जाधव, या लॉबीतील विद्यार्थी ?"

"प्रथम वर्षाचे."

"हो, का आले नाहीत?"

"कॉमन ऑफ आहे म्हणतात."

"काय? हे कसल फॅड? एवढी सुट्टी देऊनही असं कसं वागतात हे?"

"सुर्वे प्रत्येक खोलीला कुलूप ठोका. दोन दिवस बाहेर राहू द्या. मग समजेल 'कॉमन ऑफ' कसा असतो तो आणि जाधव उद्या प्राचार्यांना सांगा रोज शंभर रूपये दंड आणि हो वडीलांना घेऊन आल्याशिवाय रजिस्ट्रेशन नाही म्हणून सांगा."

आठ दिवसांनी संध्याकाळपर्यंत सर्व मुलं आली, खोल्या बंद. मेसमध्ये जेवण नाही. राहायला नाही. पाऊस पडत होता. गारठा वाढला. काय करावं सुचेना. मग इतर मुलांनी त्यांच्या खोलीत त्यांना आसरा दिला. दुसरे दिवशी रजिस्ट्रेशनला आले. दुसऱ्या दिवशी माझ्याकडे विद्यार्थ्यांचा मोर्चा आला.

"सर आम्ही बाहेरच होतो रात्रभर"

"काय सांगता? अरे सिनिअर विद्यार्थ्यांच्या खोल्यामध्ये तुम्ही झोपला होता."

"होय सर, नाइलाज झाला. खोल्या उघडा ना."

"माझाही नाइलाज आहे."

"तुमच्या हातातच आहे की सर."

"होय रे, पण मला तसे आदेश आहेत."

"मग तुम्हीच साहेबांना सांगा."

"मी आणि साहेबांना सांगू? डोकं फिरलंय काय?"

"मग काय करू आम्ही?"

"का राहिलात इतके दिवस? तुम्हाला महिना-महिना सुट्टी देऊनही तुम्ही परत का आठ दिवस राहिलात?"

"चूक झाली सर, परत असं होणार नाही."

"तुम्ही प्राचार्यांच्याकडे जा."

सर्व मोर्चा प्राचार्यांकडे गेला. तिथं काय झालं माहीत नाही पण मला बोलावणं झालं. मी गेलो.

"जाधव, अहो या मुलांचे काय करायचे?"

"साहेबांना विचारा सर."

"चला विचारू."

मला नाही म्हणता येईना, मी पण त्याच्याबरोबर गेलो. साहेब चहा पीत होते.

"या बसा."

हे नेहमी साहेबांचे असायचं कोणीही आले तर या बसा प्रथम, मग काय ते नंतर

"चहा घेता?"

"नको सर आताच घेतला.

"बर बोला."

"साहेब, मुलं आलीत प्रथम वर्षाची"

"मग?"

"त्यांना खोल्या उघडून पाहिजेत."

"त्यांना म्हणावं आणखी वाटेल तेवढे दिवस जा."

"ते माफी मागतात साहेब."

"मागू देत. अजून एक दिवस बाहेर थांबा म्हणावं, चला."

"सर काय झालं?"

"थांबा म्हणाले."

"म्हणजे?"

"थांबाचा अर्थ थांबा. दुसरा काय अर्थच नाहीना?"

"तसं नव्हे सर...."

"मग कसं? चला, बघूया नंतर"

मुलं गेली.

"सर, विद्यार्थी म्हणजे खरंचं प्रश्नच आहे एक. एक निस्तरलं की दुसरं काहीतरी पुढं आणतातच. कायं कसं व्हायचं यांच पुढच्या आयुष्यात कोण जाणे."

"जाधव तेच जाणोत. आपल्याला काय देणं घेणं."

कॉलेज लाइफ म्हणजे एक प्रवाही लाइफ असते. सतत ते आपलं वाहत राहतं हा एक वेगळा अनुभव कॉलेज जीवनाचा येत असतो. पण पिढीचा बदल घडतच असतो. आमच्यावेळी नव्हतं. त्यावेळच्या गमती, टाईमपास, दंग्याची कारणे वेगळी होती. आताची वेगळी आहेत. अनेक गोष्टी या पीढीचे सर्वार्थिने अंतर दाखवणारेच आहेत. असण्यात, दिसण्यात, वागण्यात, कर्मात सर्वांत पिढीचं अंतर आपोआप दिसते.

साहेबांनी अचानक सकाळी अकरा वाजता सर्वांची सभा लावली. आम्हाला काही समजेना. सर्वजण आले मीटिंग हॉल भरला. साहेब आले.

"आज आपल्याला इथं बोलवण्याचे दोन उद्देश आहेत. महाविद्यालयाच्या विद्यार्थ्यांना 'ड्रेसकोड' करायचे अणि मोबाईल वापरास बंदी."

साहेबांनी मध्ये एकदा सर्व विद्यार्थ्यांचे मोबाईल काढून घेऊन एका पोत्यात भरून ठेवले होते. रात्रभर वाजत होते. बॅटरी संपली तसे तसे वाजायचे बंद. त्यापासून साहेबाच्या डोक्यात होते.

" 'ड्रेसकोड' त्या विद्यार्थी ठरवतिल व मोबाईल कॅम्पसमध्ये आणायचा नाही. जर दिसला किंवा वापरला तर प्रथम पाचशे रूपये दंड मग मोबाईल काढून घेतला जाईल व सतत असे तीन वेळा घडले तर कॉलेजमधून काढून टाकले जाईल. तुमचे काय म्हणणे आहे?"

"साहेब चांगली गोष्ट आहे. पण ड्रेसकोडचे मुलं ऐकतील का?"

"अहो मुलांचे ऐकून आपण कॉलेज चालवतो काय प्राचार्य? नाही ना? मग तुम्ही मुलांना बोलवा मी सांगतो फार तर."

"नको नको आम्ही सांगू."

"ठीक आहे. आज दोन्हीही परिपत्रके मिळतील चला."

सभा संपली. मुद्याचं बोलायचं. उगीच एखादा विषय चघळत बसायचं नाही. सकारात्मक व उत्पादीय चर्चा असायची. नकारात्मक किंवा कारणे वगैरे चालायचे नाही.

मुलांना आम्ही बोलवून ड्रेसकोडचे महत्त्व सांगितले व्यक्तिमत्त्व, शिस्त, वगैरे सर्व प्रबोधन केलं व तुम्हीच निवडा कापड म्हणून त्यांनाच जरा चढवलं. फक्त एक दिवस विना ड्रेसकोड यायचं मान्य केलं.

मोबाईल बंदचे परिपत्रक आले. त्यापासून कॉलेजवर मोबाईल बंद.

मुलांच्यामध्ये 'रॅगिंग' हा प्रकार काय हे आम्हालाही कळत नव्हते. तो

अलीकडेच प्रकार जास्त सुरू झाला. कशाही, कोणत्याही, केव्हाही, शारीरिक व मानसिक छळाला 'रॅगिंग' म्हणतात.

नवीन मुलं कॉलेजला येतात. होस्टेलवर राहतात. त्या बिचाऱ्यांना काही माहीत नसतं. सिनिअर कोण आहेत. त्यांना काय म्हणावं, त्यांना काय करावं, काही समजत नाही आणि नवीन आलेली मुले ही आपले पहिले लक्ष्यच आहे असं समजून काहीजण त्यांच्यावर तुटून पडतात.

सिनिअर मुलांचे कुणीतरी रॅगिंग घेतले असते म्हणून ते नवीन मुलांचे करतात. वंशपरंपरागत जशी एखादी गोष्ट चालते तशीच ही आहे.

नवीन मुलांना ओळीत उभं करायचं, नाव विचारायचं, गाव विचारायचं, खाली मान घाल, वर मान कर, गाणं म्हणं, नाचायला लावायचं, कपडे काढ, डायलॉग म्हण. जे जे सिनिअर मुलांना वाटेल ते करायला सांगतात.

मग आदेश, सिनिअरना 'दादा' म्हणायचं आणि सिनिअर मुलींना 'ताई', नमस्कार करायचा.

एक दिवस साहेब राउंड मारत होते. मी व प्राचार्य बरोबर होतो. तेवढ्यात ते ज्या रस्त्यानं जात होते त्याच रस्त्यानं दोन सिनिअर मुलं आली व समोरून नवीन दोन तीन मुलं जात होती. सिनिअर मुलांचे आमच्याकडे लक्ष होते पण नवीन मुलांचे नाही. ती नवीन मुलं थांबली, दोन्ही हात जोडून त्या सिनिअर मुलांना,

"दादा नमस्कार!"

आमच्याकडे बघून दादांचे धाबे दणाणले. ती लहान मुले निघून गेली पण या दादा लोकांना वाटलं आता आपल्याला बोलावणं येणार.

पण साहेबांनी हसण्यावारी ही गोष्ट नेली.

❖❖❖

होस्टेलवर साहेब व मी बसलो असताना एक मुलगा आला व तक्रार सांगू लागला.

"सर मला काही मुलं दम देतात."

साहेब म्हणाले.

"तू ही दे."

"मारामाऱ्या करायला आले तर?"

"तू पण मार. तू मार त्यांना व माझ्याकडे ये."

साहेबांना रॅगिंग या प्रकाराचा तिरस्कार व राग होता. कारण त्यांच्यापासून

आमच्यापर्यंत सर्वांनी कॉलेज शिक्षण केले. पण असं कोण कोणाला करत नव्हते उलट नवीन मुलांना सहकार्य करत होते.

नवीन मुलं आपलं घर सोडून आलेली असतात. आई-वडिलांपासून प्रथमच लांब शिक्षणासाठी येतात. त्यांना सिनिअर विद्यार्थ्यांनी आधार द्यायचा की त्यांना त्रास द्यायचा?

वैचारिक दारिद्र्य इतके की पिढी कुठे चालली आहे हेच कळत नाही. याचा अंदाज करणे ही कठीण. आपण थोर पुरुषांची चरित्र वाचतो. गांधी, नेहरू, विवेकानंद, बाबासाहेब आंबेडकर, होमी भाभापासुन ते अब्दुल कलामपर्यंत. ही माणसं काय कॉलेजला गेली नाहीत? शेकडो थोर माणसे, शास्त्रज्ञ होऊन गेले, ज्यांनी ऐन तारुण्यात नाव कमवलं. देशात नाही जगात. जगात असे कितीतरी पाहायला मिळतील मग ही पिढीच का असे वागते? काय आनंद मिळतो? प्रत्येक गोष्ट एकदम सहज घेतात का? का कशा कोणत्याच विषयीच ही मुलं गंभीर होत नाहीत? ना ज्ञानाबद्दल, ना कर्माबद्दल. ना नात्याबद्दल, ना मित्रांबद्दल, ना कुटुंबाबद्दल ना देशाच्या प्रती कोणाबद्दलही गंभीर नाहीत. गुरूबाबत तर नाहीच नाही.

आईवडील तरी आताच्या मुलांबद्दल एकदम हतबल झालेले दिसतात. काही करू शकत नाहीत. एकदम त्यांच्या आहारी. तो आदेश देतो व हे ऐकतात. कोणतीही मागणी मुलगा करू दे, लगेच पूर्तता. आपली कुवत नसली तरी कर्ज काढून करणार.

प्राध्यापकांकडे तीन चार हजारांचा मोबाईल. पण एका-एका मुलाकडे पंचवीस हजारांचे मोबाईल असतात. एक एक धक्काच देणाऱ्या गोष्टी.

साहेबांच्याकडे सकाळी सकाळी एक कोटबीट घातलेले गृहस्थ व त्यांची पत्नी येऊन बसली होती. त्यांच्या सोबत एक मुलगा होता. साहेबांनी शिपायाला बोलवले व प्राचार्यांना व जाधवांना बोलवा असे सांगितले, थोड्या वेळानं आम्ही पोहचलो.

"प्राचार्य हे पाटील."

"हो आले होते माझ्याकडे."

"मग?"

"मी तुमच्याकडे जायला सांगितले."

"नेहमीप्रमाणे"

"तसे नाही."

"मग कसे? अहो तुमचे प्रश्न तुम्ही सोडवा."

“साहेब हा प्रश्न वेगळा आहे.”

“अहो प्रत्येक प्रश्न वेगळाच असतो. बरं काय तुमचा प्रश्न?”

त्या व्यक्तीकडे बघून साहेबांनी विचारले.

“साहेब, मी विमा कंपनीत फार मोठया हुद्द्यावर आहे.”

“बरं मग?”

“हा मुलगा माझा.”

“बरं!”

“याला पैशाची किंवा कशाचीच कमी नाही.”

“मग?”

“याला इथं कॉलेजला घातला.”

“हो, दिसतंच आहे.”

“मी याला सोडायला येतो व मी गेलो की पाठोपाठ येतो.”

“का रे, तुला होस्टेलला काय प्रॉब्लेम?”

“नाही!”

“कॉलेजमध्ये काय प्रॉब्लेम?”

“मेसमध्ये काय प्रॉब्लेम?”

“नाही!”

“मुलं मारतात, रॅगिंग करतात?”

“नाही!”

“अरे मग काय प्रॉब्लेम?”

“साहेब हा माझ्या शिवाय राहू शकत नाही.”

साहेब शांत पण गंभीर झाले. आम्ही त्यांच्याकडे पाहात होतो. आता काहीतरी टोला मारणार साहेब, एवढ्यात साहेब त्यांच्याकडे पाहून म्हणाले.

“तुम्ही मेल्यावर काय करणार हा?”

साहेबांनी हा प्रश्न विचारताच तो माणुस तीन फूट उडाला, त्याला माहीत नव्हते असे काही प्रश्न साहेब विचारतील. त्याला त्याच्याजवळच काय, कोणाजवळच उत्तर नाही. तो माणूस गप्प झाला. साहेबच परत बोलायला लागले.

किती दिवस याचे लाड करणार? किती दिवस तुम्ही याला सांभाळणार आहात? तुम्ही बाप आहात, याचे भविष्य चांगले व्हावे असं वाटत असेल, तर आपण जरा सक्त व्हावे. त्याला दाखऊन द्या, भविष्यात तुला माझ्याशिवाय जगायच

आहे. ताकीद द्या, परत आलास तर तंगडं मोडीन. दम देऊन सांगा की परत गावाकडचं नाव काढलस तर कानफाटात देऊन तुडवीन. असे कशाला लाड करून त्याचे आयुष्य बरबाद करता? मुलं का आपल्यालाच होतात? जगात झाली नाहीत कुणाला? कोण शिकली नाहीत? आई बाप सोडून गाव सोडून गेली नाहीत बाहेर शिकायला?

आज कडक नाही वागलात तर याचं पुढील जीवन आनंदी होणार नाही. सुखमय व यशस्वी होणार नाही. यांचा संसार उभा राहण्याऐवजी कोलमडणार. कारण ही मेढच किडकी होणार. आधार घरालाच काय, कुणालाही देऊ शकणार नाही. कारण तुम्ही त्याला कणखर नाही तर नेभळट करत आहात. तुम्ही त्याला ताकदवान नाही तर गरीब गाय करत आहात. तुम्ही त्याला स्वत:च्या पायावर नाही तर तुमच्या पायावर उभा राहून चालायला शिकवत आहात. तो मनानं खंबीर कधीच होणार नाही. मी हे काय सांगतोय हे तुम्ही सुधारावे व त्यानेही सुधारावं म्हणून बोलतोय. हा पुढे मुंगीलासुध्दा घाबरेल मग शत्रूचा काय मुकाबला करणार? का तर तुम्ही प्रत्येक गोष्टीत त्याला सांभाळता, त्याच्या मनाप्रमाणे करता. त्यानं मागितले की लगेच देता. तो त्याला पुढे हा माझा हक्कच आहे वाटतं. अशा वागण्यानं आज अनेक आईवडिलांना वृध्दाश्रमात जावं लागत आहे. हे घडतं ते मुलामुळे नाही, तर तुमच्या सारख्या आईबापांमुळे, जे कौतुकानं मुलाला अती सांभाळतात, हाताच्या फोडाप्रमाणे जपतात. अहो तो फोड फुटणारच आहे एक दिवस, याचं भान ठेवा. कारण तो फुटला नाही तर तुमचा हातच बरा होणार नाही.''

''साहेब, चुकलो माफ करा, माझे डोळे उघडलेत आपण, याला बघतो मी.''

तो उठला, साहेबांच्या जवळ आला. वाकून त्याने साहेबांचे पाय धरले. उठला मुलाला जवळ बोलावले व एक खाडकन कानफाटात दिली.

''परत माझ्या माग आलास तर तुडवीन लक्षात ठेव, समजलं का?''

''हो पप्पा!''

''साहेबांच्या पाया पड.''

तो पुढे आला त्याने साहेबांचे पाय धरले.

''सर मी असं परत करणार नाही.''

साहेबांनी त्याला उठवले.

''बाळ, हे तुझ्या भल्यासाठी सांगतो. अरे आईबाप आपल्याला आयुष्यभर

पुरत नाहीत. आणि कष्टाशिवाय फळ नाही. टाकीचे घाव बसले तेही असंख्य तर दगडाचा देव बनतो. तसं माणसाचं आहे. त्याला देवत्त्व कधी प्राप्त होतं, तर असंख्य कष्टानं व प्रयत्नानं, तो ज्यावेळी यशाचे शिखर गाठतो त्यावेळी असंख्य संकटावर मात करून अपेक्षित ध्येय गाठतो त्यावेळी लोकच त्याला आदरणीय ठरवतात. जा काही अडचण आल्यास सांग.''

''होय सर!''

काही दिवसांनी हाच मुलगा वर्गात प्रथम आला. आणि डेप्युटी कलेक्टर झाला. आणि आनंदाने आईवडील व तो येऊन साहेबांच्या पाया पडून गेले. जाताना तो एकच वाक्य बोलला.

''सर फक्त हे तुमच्यामुळे.''

त्याचेच काय त्याच्या आई-वडीलांचे डोळेही अश्रूंनी भरून आले.

असे असंख्य प्रसंग मी साहेबांच्या बाबतीत पाहिले ते केवळ रेक्टर म्हणूनच.

रविवारी साहेब सकाळी एकटे येऊन बसायचे, तसे रोज सकाळी सात वाजताच यायचे कधी बाहेर व्हरांड्यात खुर्ची टाकून टीपॉय समोर ठेवून बसायचे पेपर वाचत किंवा लिहीत असायचे. शिपाई चहा आणून द्यायचा, मग 'अरे जाधवांना बोलव,' 'त्याला बोलव' स्वत: गाडी घेऊन झाड नि झाड बागेतली पालथी घालायचे.

अडिचशे एकरातील झाडं आणि झाड माहीत होत साहेबांना. खोट बोलायची सुपरवायझरची हिम्मत व्हायची नाही.

''अरे जाधवांना बोलव.''

शिपायानं मला फोन लावला, मी लगेच आलो.

''बसा जाधव, भाजी वगैरे काय आणायला जाताय की नाही?''

''नाही गेलो.''

''बरं झालं. एकटा बसलो होतो. काय म्हणते होस्टेल बांधकाम?''

''यावर्षी होईल असं वाटतं साहेब.''

''होय, पूर्ण करायला पाहिजेच. नाहीतर मुलांची फार अडचण होणार.''

''किती काळजी करता सर मुलांची.''

''अरे आपल्या जिवावर, विश्वासावर व जबाबदारीवर त्यांच्या आईवडिलांच्या काळजाचा तुकडा आपल्याकडे सुपूर्त करतात. त्याला काही कमी पडू नये. त्यांच्या मस्तीनं, बुध्दीने व प्रयत्नाने ते काय कमवतात, मिळवतात की गमवतात तो त्यांचा

प्रश्न पण आपण काळजी घेतली पाहिजे.''

''होय सर!''

एवढ्यात लाबूंन एक विद्यार्थी येत होता. त्याच्या एकूण पेहरावावरून अत्यंत गरीब घरातील वाटत होता. साहेबांनी शिपायाला बोलावले व त्या मुलाला बोलावण्यास सांगितले. तो सावरतच येऊन उभा राहिला.

''काय रे नाव काय?''

''कोणत्या वर्षाला? ''

''तिसऱ्या''

''आज का इथं सुट्टीचं?''

तो काय बोलेना.

''काय रे काय झालं?''

''सर, रजिस्ट्रेशन केलं नाही.''

''काय?''

''हो, सर''

''अरे, आठ दिवस झाले रजिस्ट्रेशनला आणि अजून केलं नाही म्हणून सांगतोस, लाज वाटत नाही?''

''नाही सर, पैसे मिळाले नाहीत.''

''का?''

''कर्ज नाही मिळालं.''

''कुठलं कर्ज?''

''बँकेतं.''

''वडील काय करतात.''

''भाजीचे व्यापारी आहेत.''

''अरे सुक्काळीच्या, व्यापारी आहेत आणि पैसे नाहीत? कोणत्या बँकेत कर्ज प्रकरण केलत?''

''बार्शी बँक ऑफ इंडिया, बँक सोलापूर.''

''फोन नंबर?''

''आहे.''

''दे इकडे.''

साहेबांनी तो मोबाईल लावला.

"मी, डॉ. साळुंखे बोलतोय, साळगांव,

काय? तू, कधीपासून? असं! बरं झालं बऱ्याच दिवसांनी आवाज ऐकला तुझा. बरं एक काम होतं....... अहो तो हजारे म्हणून विद्यार्थी आहे. त्याचे कर्ज प्रकरण तुमच्याकडे आहे. आहे ना....... मग......... त्यात काय अडचण?

"असं का, असं का.......बरं बरं मी बघतो."

साहेबांनी मोबाईल बंद केला आणि त्या पोराला न भूतो न भविष्यती अशा शिव्या दिल्या आणि ऊठले व एक कानफाटात मारली.

"हरामखोर! बाप भाजी मार्केटला हमाल आहे आणि मला सांगतोस व्यापारी आहे म्हणून? हमालाच्या पगारात एवढं कर्ज तुला बँक कशी देईल? तरीसुध्दा जामीन चांगले दिले नाहीत आणि त्या भरवशावर तू रजिस्ट्रेशन चुकवलंस."

साहेब खूप तापले होते व काळजीत होते.

"अरे जा, त्या प्राचार्याला बोलव इकडे."

"साहेब आज सुट्टी."

"भोसडीच्या, प्राचार्यांना कसली सुट्टी असते. आपल्याकडे मुलं येतात."

"ते बघा आलेच."

एवढ्यात मला प्राचार्य दिसले मग मीच पळत सुटलो व त्यांना घेऊन आलो.

"या या प्राचार्य,"

"नमस्कार साहेब!"

"या या बसा, खुर्ची आण रे"

खुर्ची आणली मग ते बसतात न बसतात तोच.

"या मुलाचं रजिस्ट्रेशन केलं?"

"नाही."

"याचं नाव माहीत आहे?"

"होय, हजारे!"

एक होतं प्राचार्यांना मुलांचं नाव, नंबर तोंडपाठ

"याचं रजिस्ट्रेशन का केलं नाही?"

"माहीत नाही सर, आजच दिसतोय तो."

"अरे पण रजिस्ट्रेशन कोणाचं झालं, कोणाचं नाही, का नाही, अडचण काय? हे विचारणे प्राचार्यांचे काम नाही काय?"

"सर मी याला फोन केला होता."

“मग?”

“येतो म्हणून सांगितले.”

“आता?”

“आता मुदत संपली, त्यात आज रविवार. सोमवारी सर्व कागदपत्र विद्यापीठात दिले.”

“काय रे पैसे आणलेस?”

“नाही.”

“मग कसं करणार रजिस्ट्रेशन?”

“आता साहेब हा रजिस्ट्रेशन करू शकत नाही.”

साहेबांना प्राचार्यांनी अक्कल शिकवली.

“विद्यापीठाचे व इतर असे किती होतात. आपली फी सोडून?”

“सात हजार”

साहेबांनी खिशात हात घातला. सर्व मिळून शंभर सव्वाशे मिळाले. त्यांच्या खिशात कधीही पैसे नसायचे. शिपायाला हाक मारली.

“मेस व्यवस्थापकाला बोलव.”

थोड्याच वेळात मेस व्यवस्थापक आला. सात हजार रुपये घेऊन ये, उद्या सोमवार बँक उघडली की माझ्याकडून घे. त्याने तत्काळ व्यवस्था केली व पैसे आणून साहेबांकडे दिले.

“हे घ्या सात हजार कालच्या तारखेला याचे रजिस्ट्रेशन करून घ्या. त्याचं वर्ष वाया जाऊ देऊ नका आणि अशी मुलं असतील तर व खरच अडचण असेल तर मला सांगा. आम्ही फीची सक्ती करतो पण ती बुडवणाऱ्यावर, पैसे नसणाऱ्यांवर नाही.”

अशी अनेक उदाहरणे घडलीत, पाहिलीत व अनुभवली मी. साहेबांचा उदारपणा क्षणोक्षणी दिसत होता. कोणी स्टाफने काही गरज सांगितली की मदत करणार. पुढील शिक्षण घेण्यासाठी पगारी रजा देणार. कमी पडत असले तर पैसे देणार. कधी कधी ॲडव्हान्स देणार. काही तरी मदत करणारच.

पुढे असे समजले की तो मुलगा जाताना साहेबांना भेटलापण नाही.

परीक्षा जवळ आली. मुलांची हजेरी तपासणं चालू होते. आम्ही सर्व प्राध्यापक तसे 'बिझी' होतो पण मला रात्री फेरफटका मारावाच लागे.

❖❖❖

कॉलेजच्या आवारात एक आलीशान गाडी धूळ उडवत आत आली. प्राचार्यांच्या कार्यालयासमोर थांबली. त्यातून काही खादी कपडेवाली जाडजूड माणसे उतरली. मी व्हरांड्यात होतो. मलाच त्यांनी विचारले. 'प्राचार्यांचे ऑफिस?' मी बोटानेच दाखवले. ते तिथं गेले. येवढ्यात जाहगिरदार आला. मी बऱ्याच वेळ व्हरांड्यात उभा होतो. नंतर मी बारा वाजले म्हणून घरी गेलो. प्राचार्यांचा दोन वाजता फोन 'या' म्हणून.

मी प्राचार्यांच्या खोलीत गेलो.

"या या जाधव, हे आमचे रेक्टर आहेत."

नमस्कार चमत्कार झाला.

"अहो यांचा मोठा 'प्रॉब्लेम' झालाय आणि तो मार्गी लावा म्हणून कुलगुरू व एक दोन मंत्र्यांचे फोन आलेत."

"मग?"

"कसं करायचं?"

"काय प्रॉब्लेम?"

"अहो यानं रोस्टर फॉर्ममध्ये तो विषयचं घातलाच नाही, ज्यात हा नापास झालाय."

"अरे बाप रे!"

"आणि हे म्हणतात घुसडा."

मी त्यांच्याकडे पाहिले. ते सर्व घुसडणारेच होते.

"बोला जाधव काय करायचं?"

"मी काय सांगू?"

"अहो सर्व काही विद्यापीठाकडे गेले आहे आणि हा आता जागा झालायं व आता आलाय माझी परीक्षा घ्या, मला त्या विषयाच्या परीक्षेला बसवा म्हणून वशिला घेऊन. अहो फोन वर फोन दबावच दबाव सुरू आहे सारखा."

"मग?"

"मग काय? करता येणार नाही?"

आलेल्यापैकी एकानं जोरात प्राचार्यांना विचारलं

"अहो नियमात बसत नाही."

"बसवा, बसवायलाच सांगितलेय कुलगुरूनी. मंत्र्यांचा फोनच तसा होता. तुम्हाला माहीत नाही, आम्ही कोण आहोत. मुख्यमंत्र्यांनीही कुलगुरूंना सांगितलय.

तुमचे संस्थापक कोण ते डॉ. साळुंखे त्यांना फोन लावत होते, पण लागला नाही म्हणून आम्ही सरळ कुलगुरूंकडे गेलो. तेथून त्यांनी इकडे पाठवलं आहे.''

येवढ्यात एक फोन वाजला प्राचार्यांनी घेतला

''नमस्कार........... हो ....आलेत.''

''अहो पण साहेब..........''

''असं कसं करता येईल? उद्या काय झालं तर?''

''नाही हो, हे नियमाला धरून नाही. बरोबर, तुम्ही विद्यापीठाचे रजिस्ट्रार आहात. सर्व ठीक आहे. तुम्ही असं करा आमच्या संस्थापकांना फोन करा.''

प्राचार्यांनी फोन ठेवला.

''तुम्ही एक काम करा, साहेबांना...........''

थांबले, त्यांनी धोका ओळखला व गप्प बसले.

''कोणाला भेटू सांगा? त्यांना मुख्यमंत्र्यांना फोन करू द्या का? कुलगुरूंना सांगू का. रजिस्ट्रारना सांगू का?''

''अहो थांबा. कोणाला फोन करायला सांगता? तुमच्या साहेबांना. कोण तुमचे साहेब?''

''तुम्हाला आमचे साहेब माहीत नाहीत?''

''कोण एवढे मोठे, मुख्यमंत्री की कुलगुरू?''

''अहो सांगा कुलगुरूंना सांगा बरं, म्हणावं इथल्या डॉ. साळुंखेना फोन करा म्हणाव.''

''हे काय आता सांगतो, अहो, कुलगुरू आमच्या गावचे आहेत. लहानपणी एकत्र होतो.''

त्यानं लगेच मोबाईल लावलाच. तिकडून काय बोलणं होत होतं ते कळत नव्हतं. पण त्याचा चेहरा सांगत होता. अचानक फोन बंद झाला.

''हं काय म्हणाले कुलगुरू?''

''ते म्हणाले मी त्यांना फोन करणार नाही. मी रजिस्ट्रारला सांगतो. तुम्ही तिथं जा म्हणजे समजेल काय ते?'' असे म्हणाले.

''मग चला त्यांच्याकडे. जाधव चला.''

आम्ही सर्व साहेबांच्या केबीनमध्ये आलो तो विद्यार्थी बाहेर थांबला.

''या या प्राचार्य काय मोर्चा?''

प्राचार्यांनी हकिगत सांगितली

“मग?”

“आता रजिस्ट्रेशन करा, रोस्टर फॉर्मवर विषय घाला व बसायला परवानगी द्या म्हणतो. एक दिवस ही हजर नाही. शून्य टक्के हजेरी. विद्यापीठाला कळविले आहे.”

“यांना सांगा मग समजावून”

“ते समजाऊन घेत नाहीत.”

“असे कसे, त्यांना नियम कळत नाहीत?”

“तसं नाही. ते मुख्यमंत्री, मंत्री यांची भाषा करतात.” येवढ्यात एकजण बाहेर गेला व थोड्या वेळानं आत आला आणि साहेबांच्या फोनची रिंग वाजली तो माणूस एकदम खुलला इतरांना इशारा केला.

“हा मी डॉ. साळुंखे बोलतोय. हा हा बर मग?”

“तुम्ही कोण ....पी.ए. .... तुम्हाला अक्कल आहे काय? हे काय सांगता? कोण मंत्री? हा त्यांना मी सांगतो. हे मंत्र्यांचे कौतुक मला सांगू नका आणि मंत्र्यांना म्हणावं अपमान करून घ्यायचा असेल तर फोन करा.”

समोरच्या सर्वांचे चेहेरेच पडले.

‘काय हो मुलाचे येवढे तुम्हाला आहे तर वेळेवर त्यानं हे सगळं केलं असत तर हे मंत्र्यांचे पोपट असे बोलले नसते. व तुमच्या मुलाचे नुकसान झाल नसते.’ येवढ्यात परत फोन.

“बोला रजिस्ट्रार साहेब हो .... हो..... आलेत हो..... त्यांच्या पी.ए.चा फोन होता.... सांगितले मी माझ्या भाषेत. करायला सांगू प्राचार्यांना हो हो सांगतो. फक्त तुम्ही एक काम करा. मी एक पत्र देतो त्यावर तुम्ही लेखी हे काम करा म्हणून द्या लगेच देतो. हो हो नाही नाही मग कसं.....” फोन बंद.

“तुम्ही असं करा प्राचार्य, एक वस्तुनिष्ठ पत्र द्या यांचे बरोबर व परवानगीची मागणी करा लेखी....”

साहेबांनी अचूक मार्ग काढला. प्राचार्य उठले आणि त्यांना तसे पत्र दिले. ते लोक परत आलेच नाहीत. कारण नियमबाह्य पत्र देऊ शकत नव्हते.

❖❖❖

मी त्या रात्री होस्टेलवर गेल्यावर जाहगिरदार आला.

“सर, तुम्ही सांगाना सरांना”

“मी काय सांगू? अरे मुख्यमंत्री, मंत्री, कुलगुरू यांना न ऐकणारे मला

ऐकतील का?''

''नाही तर मी कॉलेज सोडणार.''

''तू तेच कर.''

''काय?''

''होय, तुझी सर्व झंगटं सोडवण्यापेक्षा तू येथून गेलास तरी चालेल. बाकीचे विद्यार्थी चांगले शिकतील.''

''काय सर!''

''खरंच!''

आणि खरच त्यानं कॉलेज बदलायचा अर्ज दिला. लगेच त्याला कॉलेज बदलून मिळाले.

मुलांना शिक्षणासाठी पाठवताना विद्यार्थ्यांने विद्यापीठ, कॉलेजचे नियमसुध्दा बघायचे नाहीत. वेळेवर रजिस्ट्रेशन करायचे नाही, आणि मग वशिला, दबाव, पत्रे आणायची. हे काय कामाचे? सुरवातीला चांगल्या सवयी लाऊन घ्यायच्या नाहीत. मी अमक्याचा मुलगा तमक्याचा मुलगा या घमेंडीत किती दिवस काढणार? साहेब नेहमी सांगतात तेच खर विद्यार्थ्याने नेमके गणित मांडाव.

''मी वजा वडील बरोबर कीती? तर शून्य.''

''तर शून्यच मिळणार. मुलगा मुळात शून्य, मग वडील त्याचा एक तरी करायचा प्रयत्न करतात व मग तुमची जबाबदारी आहे की त्या एकवर किती शून्य द्यायचे, की तो एकही पुसून टाकायचा. विद्यार्थ्यांने याचा विचार जरूर करावा.''

❖❖❖

काही 'प्रॉब्लेमेटिक' मुलं असतात. का कुणास ठाऊक त्यांच्यात उपजत विकृती असते. पण काही मुलं आपण किती 'फॉर्वर्ड' आहोत हे दाखविण्यासाठी दंगा करतात किंवा मोडतोड करणे, ओरडणे, बेंचवर अश्लील मजकूर लिहणं हे असंस्कृत व विकृत मुलांच रूप आहे. कधी कधी वाटतं आयुष्यात हा काय करणार? यात आनंद कोणता मिळतो? पण नाही आपण इतरापेक्षा वेगळे आहोत हे दाखवण्यासाठी बराच खटाटोप करतात.

❖❖❖

मेस व्यवस्थापक सुर्वे दुपारी माझ्याकडे आले.

''काय हो का आलात?''

''सर, काहीतरी गडबड आहे.''

"कुठं?"
"होस्टेलवर"
"म्हणजे?"
"आतल्याआत काय तुरी धुमसतय."
"कोणात?"
"सेकंड इयर विरुद्ध थर्ड इयर"
"कशाबद्दल?"
"माहीत नाही."
"बरं मी घालतो लक्ष. उद्या रविवार आहे. सोमवारी बोलवतो सर्वांना."
"ठीक आहे, पण लवकर."
"अरे हो, उद्याच काय उरावर बसणार आहेत एकमेकांच्या?"
"काही सांगता येत नाही."
"ठीक आहे!"

व्यवस्थापक निघून गेले. मीपण माझ्या कामाला लागलो. पण लक्ष लागेना. मग होस्टेलवर गेलो. सेंकड व थर्ड इअर लॉबीत चक्कर मारली. शांत दिसलं. परत फिरलो. सेकंड इयरची दोन तीन मुल दिसली.

"काय रे, काय गडबड?"
"काही नाही सर"
"नाही ना....."

संध्याकाळी सहज साहेबांच्या ऑफिसमध्ये गेलो तर शिपाई म्हणाला.

"अहो सर कुठ होता?"
"का?"
"साहेब, प्राचार्य तुम्हाला शोधताहेत."
"का?"
"आता मला काय कळणार?"
"बरं बरं"

म्हणून मी साहेबांच्या चेंबरमध्ये गेलो.

"या या जाधव."

आत आणखी एक गृहस्थ होते.

"जाधव, हे माझे मित्र राणे."

“नमस्कार!”

“यांची मुलगी आपल्याकडे आहे.”

“कोणत्या वर्षाला?”

“चौथ्या वर्षाला.”

“आहे आहे, बरं काय झालं?”

“झालं नाही होईल. एक मुलगा तिला त्रास देतोय. त्याला होस्टेलवर यायला बंदी घाला व दिसला तर मला सांगा. बरोबर ना राणे?”

“होय होय. मुलीवर लक्ष ठेवा व परीक्षेचा शेवटचा पेपर कधी असेल त्यावेळी मी गाडी घेऊन येतो व तिला घेऊन जातो. पण लक्ष ठेवा.”

“अहो लक्ष ठेवा म्हणजे आम्ही काय बॉडीगार्डसारखं मागे फिरू काय? तुमच्या मुलीनं अद्याप तक्रारसुध्दा केली नाही आमच्याकडे.”

प्राचार्य जरा रागानेच बोलले.

“तिला अर्ज द्यायला सांगा. नंतर काही झालं तर आम्ही जबाबदार नाही.”

“चला तुम्ही राणे.”

राणे निघून गेले.

“काय आहे, मुलीची काळजी वाटते पालकांना.”

“सर राणे सांगतात तसं नाही.”

“मग?”

“त्या मुलीचं त्याच्यावर प्रेम आहे.”

“आणि?”

“आणि पुढं काय होईल सांगता येत नाही.”

“म्हणजे?”

“अहो हे राणे विरोध करतात म्हणून ते गुपचूप भेटतात. एक दोन वेळा बाहेर जाऊनही आलेत.”

“काय म्हणता?”

“होय!”

“मग काय फार पुढं गेलंय.”

“होय.”

“आपल्या मुलीच्यावर लक्ष ठेवावं.”

“कसं ठेवणार सर, आज काल मोबाईलवर चालतं सर्व.”

“व्हाटस्‌अ‍ॅप, फेसबुक, ट्वीटर हा शोध की शाप म्हणायचा? असो तुम्ही जरा लक्ष ठेवा.”

रविवारी जेवून झोपलो होतो. येवढ्यात सुर्वेचा फोन वाजलाच. ‘सर दोन वर्गात राडा झाला.’ मी लगेच पीटी टीचर माने यांना फोन केला व दोघं आलो, तर दोन गटात जोरात हाणामाऱ्या चालू होत्या. आम्ही दोघं त्यात पडलो आणि दोघा तिघाच्या कानफाटात दिल्या व बाजूला केले. काठया-लाठया, गज घेऊन सराईत गुंडासारखं सुरू होतं.

दोघांना दोन्ही कडे केले. मॉब बराच होता. प्राचार्यांना फोन केला होता, ते आणखी दोन प्राध्यापक आले आणि चौकशी सुरू झाली.

“अरे का? का भडव्यांनो मारामारी करता?”

कोण काही बोलेनात

दोघांच्या सी आर ना बोलवले, पुढे या

ते आले.

“काय रे?”

“काही नाही सर.”

“मग मारामारी कशासाठी?”

“सर, एकमेकाला येता जाता काहीतरी बोलतात. शेरेबाजी करतात. त्याचे परिणाम मारामारीत झाले.”

“पण सर्वच कसे?”

“प्रेस्टीज, प्रत्येक वर्गाचे. एकीचे बळ.”

सुर्वेनी सांगितले.

“अरे यात कसली एकी? चला जा. मुलं आपल्या-आपल्या खोल्यात गेली.”

“जाधव जे कोण पुढारी आहेत, त्यांना उद्या बोलवा.”

“होय सर!”

“चला, रविवार कार्ट्यांनी वाया घालवला.”

“का हो?”

“अहो जरा कुठ जेऊन पडलो होतो.”

“सर, शेवटी मुलंच ती.”

“किती दिवस चालायचं हे?”

'रिटायर्ड' होईपर्यंत.

"चला."

तेवढ्यावरचं ते थांबलं. आम्हाला वाटलं रात्री परत होतं की पण रात्री साहेबांचा राउंड झाला आणि सकाळचा प्रसंग त्यांना कोणी सांगितला. बहूतेक सुर्वे यांनी. आणि दोन वर्गातील पुढाऱ्यांना बोलावून सज्जड दम दिला. दुसऱ्या दिवशी साहेबांनीच त्यांना बोलाऊन परत दम दिला व लेखी प्राचार्यांच्याकडे द्यायला सांगितले.

परीक्षा सुरू झाल्या. होस्टेलवर रोज काहीना काही सुरूच असायचं. सर भाजीच चांगली नाही, जेवणाच्या तक्रारी, चपाती भाजत नाहीत, गरम नसते वगैरे वगैरे, मग मोबाईलवरून आईला रोज फोन. ती विचारणार 'बाळा जेवलास का? काय होत? मग हा सांगणार. ते असंच आहे, तसंच आहे.' मग आई काळजीत. 'माझा सोन्याला धड जेवण मिळत नाही.'

'अरे जेवायला इथं आलात की शिकायला? जेवणाच ध्येय आहे की शिक्षणाचं हेच समजत नाही.' पण काही विद्यार्थी त्याचाच मोठा बाऊ 'सर गरम पाणी नाही' थंड पाण्यानं आंघोळ केली तर या वयात काय ताप भरतो की काय यांना? ही सर्व खेड्यातील मुलं, काय झालंय यांना?

हे नेहमीचे 'डायलॉग' अशा अनेक तक्रारी मुलं रोज करायची. आम्हालाही सवय झाली होती. ऐकायचं आणि पुढं जायचं.

"सर पिण्याच्या पाण्याची तेवढी व्यवस्था करा की,"

"होय रे तुमची परीक्षा झाली की लगेच करतो."

एका विद्यार्थ्याचा हा नेहमीचा ठेका होता. पण तो खरा होता. मुलांना सारखं मेसमध्ये जावं लागत होतं पाणी प्यायला.

"साहेब मुलांच्या पिण्याच्या पाण्याची सोय करायला पाहिजे. दोन टाक्या बसवून त्याला नळ जोडले की काम होईल."

साहेबांनी लगेच सचिवाला आदेश दिला आणि परीक्षा संपण्यापूर्वी सोय झाली.

परीक्षेचा शेवटचा दिवस. मी प्राचार्यांच्या कडे गेलो व त्यांना त्या राणे मुलीची आठवण करून दिली.

"होय माझ्या लक्षात आहे. मी पीटी टीचर मानेंना सांगून तिच्यावर लक्ष ठेवायला सांगितले आहे. पेपर संपायला किती वेळ?"

"अजून अर्धा तास,"

"चला बघूया वर्गात."

"चला."

"आम्ही दोघे गेलो."

"अरे, राणे मुलगी कोणत्या वर्गात?"

"ती तर गेली सर, पेपर टाकून."

"कधी?"

"पाच मिनिटे झाली."

"असं?"

"होय"

"चला सर आपण होस्टेलकडे जाऊ."

तोपर्यंत ऑफिसमधून शिपाई 'साहेबांनी बोलावले' म्हणून सांगत आला.

आम्ही गेलो.

"प्राचार्य त्या राणे मुलीचे काय झाले?"

"साहेब ती गेली."

"कुठे?"

"पेपर टाकून अर्धा तास अगोदरच गेली."

"बघा बघा होस्टेलवर."

"तिकडेच जात होतो."

आम्ही बाहेर पडलो, होस्टेलवर गेलो तिथे सुर्वे होता.

"अरे, ती राणे मुलगी."

"इथं आली नाही."

"मग?"

"माहीत नाही."

आम्ही परत आलो. पेपर सुटला होता.

तिच्या वर्गातील मुलींना बोलवले, तर त्यांनी सांगितले ती बॅग घेऊनच आली होती. इथं एका दुकानात बॅग ठेवली होती.

असं सांगितल्यावर आमची खात्री पटली.

"ती त्या मुलाबरोबर पळून गेली."

आम्ही लगेच साहेबांच्या कानावर ही गोष्ट घालण्यासाठी गेलो, तर तिथे तिचे वडील येऊन बसलेले.

"या या प्राचार्य."

आम्ही गप्प जाऊन उभे राहिलो.

"हे आलेत राणे, मुलीला घेऊन जायला."

"साहेब, मुलगी तर गेली."

"गेली? कुठे गेली?"

राणे एकदम उभे राहिले.

"अर्धातास पेपर लवकर टाकून गेली."

"कुठ गेली पण?"

"आम्ही हॉस्टेलवर जाऊन आलो."

"मग?"

"तिथं नाही ती."

"मग?"

मग मुलींना विचारलं. त्यांनी सांगितलं ती बॅग घेऊनच परीक्षेला आली होती. बॅग ओळखीच्या दुकानात ठेऊन ती पेपर द्यायला आली होती.

आम्ही तिच्या वडिलांना घेऊन दुकानदार शोधला,

"अहो इथं एका मुलीनं बॅग ठेवली होती?"

"होय! मला म्हणाली, काका तासभर बॅग ठेवते."

"मग?"

"अर्ध्या तासापूर्वी ती आली, बॅग घेतली व एका मोटरसायकलवरून मुलाबरोबर गेली."

बापानं डोक्याला हात लावला. बिचारा हताश झाला. दुःखी झाला. त्याला आम्ही परत साहेबांच्याकडे आणला.

"साहेब, मुलगी पळून गेली हो!"

म्हणून रडू लागला. साहेबांनी त्याची समजूत घातली.

"आता काय तोंड दाखवू गावात?"

"शांत हो राणे, शांत हो. तुझं काम तू केलंस. तिचं काम तिनं केलय. आपण आता जरा धीरानं घ्यावं. उगीच आपणच त्याचा डांगोरा पिटायचा नाही. जे झालं ते झालं. आता पश्चात्ताप करून उपयोग काय?"

"खरच आहे. अहो बायको म्हणत होती अगोदर लग्न करा मग शिकू दे. पण मी ऐकल नाही. अगं शिकूदे, कुठं पळून जाते की काय? मी म्हणालो."

"गेल्यावर कळेल तुम्हाला."

बायकोचं हे वाक्य खरं करून दाखवलं. पोरीन नाक कापलं.

"पोरगा आमच्या माहितीचा आहे साहेब."

"तुम्हाला हे माहीत होत?"

"होय साहेब!"

"मग राणे तुम्ही गप्प का बसलात?"

"अहो पदवी घेऊ दे, मग बघू. ही असं काय करेल असं वाटलं नाही."

"ठीक आहे. जे झालं राणे ते झालं. आपल्या नशिबात आहे ते घडत राहाणार. आपण ते पचवलं व रिचवलं पाहिजे."

"खरं आहे, येतो मी."

राणे निघून गेले. एक असहाय बाप, ज्यानं मुलीला वाढवल, प्रेमानं सर्व हट्ट पुरवले. शिक्षणासाठी अमाप पैसा खर्च केला, त्या जन्मदात्याला क्षणात विसरून, एका नुकतीच ओळख झालेल्या मुलाबरोबर कायमची पळून जाते. याला कसलं प्रेम म्हणायचं? प्रेमाचा अर्थ फक्त शारीरिक ओढच झाली आहे. त्यामुळे आजकाल लग्नानंतर घटस्फोट, वाद, विसंवाद, सुरू होतात. काय कामाचे असले हे वरवरचं प्रेम. अशा या फसव्या प्रेमाचा शेवट चांगला होत नाही. दोन दिवसाची ओळख आणि लगेच पळून जाणे. लग्न करणे, मग रडत बसणे. अशी उदाहरणे भरपूर पाहायला मिळतात.

मुलींनी व मुलांनी जे आयुष्यात घडणारच आहे त्यासाठी हे करणं योग्य नाही. आयुष्यात लग्न होणार, जोडीदार मिळणार हे नक्की असतं, मग त्याच्यासाठी हा एवढा कारभार कशासाठी. आपल्या आईवडिलांचे, त्याच्या आईवडिलांचे काय प्रेमविवाह झाले होते? हा एक नवीन शिक्षण व सुधारणाचा अतिरेक झालाय, जगावेगळं वागायचंच ठरवलंय आताच्या पिढीनं. प्रेम करणे वाईट नव्हे. पण त्यासाठी पळून जाणं वाईट. त्याचा अतिरेक वाईट. त्याचा बाजार मांडणे वाईट.

सर्व कॉलेजवर ही गोष्ट वाऱ्यासारखी पसरली मग एकएक सांगायला लागले. 'ते भेटत होते, तो येत होता. बाहेर जात होते.' वगैरे.

परीक्षा संपली. सर्व जिकडे-तिकडे गेले आणि हा विषय थांबला.

काय करायचं मुला-मुलींच्या आइवडिलांनी? मुलींना, मुलांना लहानाचे मोठे करायचे, त्यांचे शिक्षण पालनपोषण सर्व काही. त्यांचे सर्व करताना आईवडिलांना स्वत:ला कधी चांगलं जगताही येत नाही. प्रत्येक वेळी काहीना काही करून, कधी

कधी कर्ज काढून, तर कधी जमिनीचा तुकडा विकून यांना शिकवायचं आणि ही मुलं कशाचाही विचार न करता, आई-वडिलांना न विचारता स्वत: असं पळून जाण्याचा निर्णय घेतात. हे कशाचे द्योतक म्हणायचं? शिक्षणात संस्कार आणि संस्कारामुळे संस्कृती जतन केली जाते म्हणतात. ही अशी संस्कृती व संस्कार जर मुलांच्यावर होत असतील तर शिक्षणातच दोष आहे. पण काही मुलं बेफिकीर असतात. अभ्यास, खेळ, नातीगोती, आईवडील यांच्या बाबत काहीही देणघेण नसलेली ही मंडळी हे उद्योग करतात. प्रेम-प्रेम म्हणजे कसलं असले प्रेम दोघांचच. पळून जायचं. शारीरिक भूक भागली की मग यायचं घटस्फोटावर. कारण लग्नापूर्वी काहीही विचार केलेला नसतो. संसार म्हणजे काय हे कधी पाहिलेलं नसतं. गरजा काय असतात, त्याला पैसा कोठून आणायचा, याचाही विचार कधी केलेला नसतो. मग होतात वेगळे. राहिलेल जीवन उद्‌ध्वस्त करून घेतात.

❖❖❖

पावसाला सुरुवात झाली. कोकणातील पाऊस म्हणजे धो-धो असतो. सुरवातीला पावसाची खूप भीती वाटत होती. कारण आठ-आठ दिवस सूर्याचे दर्शनच होत नव्हतं. सारखा पाऊसच पाऊस. इतका पाऊस पडूनही उन्हाळयात पाण्याची बोंबच असते. सत्र सुरू झाले. साहेबांना भेटायला गेलो.

"जाधव, होस्टेलला नवीन मुलं किती येतील? त्यांची व्यवस्था....."

"होईल साहेब. नवीन दोनशे विद्यार्थी येणार व जुने शंभर जाणार त्यात मुलींची व्यवस्था वेगळया होस्टेलवर साहेब. त्यामुळे आता जे आपलं होस्टेल बांधलय त्यामध्ये विद्यार्थी व्यवस्था होइल. मी करतो. पण होस्टेल पूर्ण करून घ्यायला पाहिजे साहेब."

"ते करू. काय काय करायचं आहे?"

"प्लॅस्टर, प्लंबिंग, लाईट फीटिंग व रंग, फरशी"

"बरेच काम आहे हो."

"होय सर!"

"मग नवीन मुलं कधी येणार?"

"दीड महिना आहे सर."

"ठीक आहे."

साहेबांनी सर्व व्यवस्था तत्काळ लावली व सर्व कामगारांना कामाला लावले. सर्व मटेरिअल येऊन पडले आणि दीड महिन्यांच्या आत होस्टेल पूर्ण झाले. पण

विजेचे कनेक्शन नाही.

"साहेब विजेचे कनेक्शन नाही."

"का?"

"नाही अजून दिले."

"अर्ज केलाय?"

"होय"

"मग?"

साहेबांनी तत्काळ फोन लावला आणि त्या विद्युत खात्याच्या साहेबाला वाट्टेल ते बोलले. 'चार दिवसात कनेक्शन दिलं पाहिजे. नाहीतर एक हजार मुलं घेऊन येईन व तुझ्या दारात बसवेन,' म्हणून सज्जड दम दिला. पण कर्मचारी, अधिकारी निर्ढावलेले, गेंड्यांच्या कातडीचे. त्यांच्यावर काहीही फरक पडला नाही.

मग साहेबांनी नोटीस पाठवली 'अमक्या अमक्या दिवशी मी एक हजार विद्यार्थ्यांच्यासह एमएसईबी ऑफिसवर मोर्चा काढणार,' त्याची प्रत पोलिस स्टेशनला दिली. तहसीलदारांना दिली. मग धावपळ सुरू झाली. पोलिसांनाही त्या विजेच्या साहेबाला दम दिला आणि त्याच दिवशी कनेक्शन मिळालं.

"बघा जाधव, हे असं करायला लागतं. स्वतःहून काहीही करणार नाहीत हे अधिकारी. अधिकारी याचा अर्थ ते काम करायचा अधिकार तुम्हाला शासनानं दिला आहे व कर्मचारी म्हणजे ते कर्म आचरणात आणायचं आहे तो कर्मचारी पण हे दोघेही कामचोर, लाचखोर व भ्रष्ट झाल्यामुळे हे घडत आहे. आपोआप कोणतंही काम होत नाही. खेपा मारल्याशिवाय फाईल पुढे जात नाही. पैसा दिल्यावर आपोआप सर्व होतं. कुठ नेऊन ठेवलाय देश माझा? असं म्हणण्याची वेळ येते. हे कधी बदलेल काय? भ्रष्टाचारमुक्त भारत होईल काय? हे स्वप्नच म्हणावे लागेल, तशी काहीही आशा धरू नये असंच वातावरण आहे. मुलांना शिकवताना सांगताना काय सांगायचं देशाबद्दल, नेत्याबद्दल, राजकारणाबाबत. कार्यपध्दतीबाबत कारण विद्यार्थ्यांच्या स्कॉलरशीप मध्ये सुध्दा पैसे खाणारे अधिकारी आहेत. विद्यार्थ्यांकडून पाचशे रुपये घेतल्याशिवाय त्याचा चेक देत नाहीत. म्हणून ऑनलाईन केले. पण ऑनलाईनवर हेच पैसे टाकायचे, कोणाचे टाकायचे तेच ठरवतात. संगणकीकरण झाले. पण बटण दाबणाऱ्या भारतीयांची जोपर्यंत मानसिकता बदलत नाही, तोपर्यंत काहीही उपयोग नाही. कसलीही पध्दत आणा पैसे खाणारच."

❖❖❖

नवीन मुल होस्टेलला येऊ लागली. त्यांची व्यवस्था करून त्यांना जे जे घ्यायचे ते देऊन झाल. रॅक, खुर्ची, टेबल. नवीन आलेल्या मुलांना सुरवातीला थोड नवीन नवीन वाटत असत. अनेक मुल रडतात. त्याना आठवण येते. काही दिवस झाले की तेच सर्व टारगट होतात. संगतीचा परिणाम आहे.

❖❖❖

मॅनेजमेंटच्या काही जागा भरायच्या होत्या आणि साहेबांच्याकडे एक म्हातारे गृहस्थ आले, त्याना त्यांच्या नातवाला प्रवेश पाहिजे होता. साहेबांच्या कडेच थेट गेले मी तिथेच होतो. त्यांना पाहिल्यावर साहेब उठले व त्यांच्या पाया पडले. मी पहातच राहिलो.

''या या सर''

''काय बाळासाहेब फार चांगली संस्था केलीत.''

''तुमचे आशीर्वाद सर!''

साहेब त्यांच्या सर्व प्राध्यापकांना फार आदराने बोलत असत. नेहमी त्यांचा मानसन्मान पहात असत.

''बरं सर, का येणं केलंत?''

''हा माझा नातू. याला फक्त बेचाळीस टक्के मार्क्स आहेत.''

साहेब थोडा वेळ गप्प बसले.

''का बाळासाहेब गप्प का?''

''काही नाही, तुम्हाला मी काय सांगणार! त्याची तयारी असेल तर...''

''तो करतो म्हणतो अभ्यास.''

''मग माझी काहीच हरकत नाही.''

साहेबांनी क्लार्कला बोलावले व त्याला बरोबर पाठवून प्रवेश दिला.

'अमोल पाटील' त्या मुलाचं नाव. तो मुलगा कशासाठी घेतला, त्याला जमणार नाही. उगीच एक 'मॅनेजमेंट' ची जागा जाणार. कारण तो सोडून जाणार. अशी आमची सर्वांचीच नाही तर साहेबांचीच खात्री होती. कारण एवढ्या कमी मार्क असलेल्या विद्यार्थ्याला इंजिनिअरिंग कसे झेपणार? हाच प्रश्न सर्वांना पडला होता.

पण त्या विद्यार्थ्याने आमचे सर्व अंदाज फोल ठरऊन तो पहिल्या वर्षापासून शेवटच्या वर्षापर्यंत वर्गात प्रथम आलाच, पण विद्यापीठात प्रथम आला.

प्रयत्न, कठोर परिश्रम व प्रबळ इच्छाशक्ती जर विद्यार्थ्याजवळ असेल तर तो काय करू शकतो, हे त्या विद्यार्थ्याने करून दाखवले. सर्वांसमोर उदाहरण व

आदर्श ठेवला. हे सर्वांनाच जमत नाही, पण निदान त्या वाटेने तरी जावं, असं प्रत्येक विद्यार्थ्याला वाटलं पाहिजे. तो विद्यार्थी फारच पुढे गेला व शास्त्रज्ञ झाला.

विद्यार्थ्यांनी स्वत:बद्दल न्यूनगंड बाळगू नये. एखाद्या गोष्टीत कमी असणं म्हणजे जीवनातील सर्वच नाहीसं होणं किंवा आपण त्याला लायक नाही म्हणून गप्प बसणं योग्य नव्हे. तर त्या गोष्टीवर विजय मिळवणं व तो कमीपणा दूर करणं या सारखा दुसरा विजय नाही. जे आपल्यात नाही किंवा आपल्याजवळ नाही ते मिळवणं हाच जीवनाचा उद्देश असण हे ध्येय असावे. असे समजून प्रयत्न व कष्ट करणे, हाच विद्यार्थ्यांचा मानस असला पाहिजे. ' मला हे का जमत नाही?' हा प्रश्न वारंवार स्वत:ला विचारून, 'ते जमलंच पाहिजे' असा प्रयत्न करायला हवा. पळपुटेपणा जीवनात कधीही तुम्हाला यशाच्या शिखरावर पोचवत नाही. तो अधोगतीकडेच नेतो.

'अमोल पाटील' याने दाखवून दिले आहेच, पण एखादा चांगला आदर्श मानायचाच नाही, जे जे आदर्श झाले त्यांचे गुण घ्यायचे नाहीत, असचं या पिढीनं ठरवलं आहे आणि वर म्हणायचे आमच्या पिढीसमोर आदर्शच नाही. आणि जे नको त्यांचे आदर्श घ्यायचे.

जे आयुष्यात घातक असतात. आयुष्य चांगलं जगण्यास लायक नसतात जे विकृतीकडे झुकताना दिसतात. तेच नेमके आदर्श आजची पिढी घेत आहे.

आपल्या आईवडिलांनी रात्रीचा दिवस करून, अपार कष्ट व मेहनत करून, उसनवार करून, कर्ज काढून पाठवलेल्या पैशाची उधळपट्टी करून, आयुष्य बरबाद करून घ्यायचं, की काटकसर करून, चांगला अभ्यास करून, चांगलं करिअर करून भविष्य घडवायचं व आईवडिलांचे उतराई व्हायचं. त्यांना आनंद द्यायचा की दु:ख? त्यांना सुखी समाधानी ठेवायच की दु:खी करायचं? हे ठरविण्याचा हा काळ असतो.

❖❖❖

'कॉलेज लाईफ' 'एन्जॉय' करायचे म्हणजे नेमकं काय करायचं? हेच कोणाला कळत नाही. रोज हॉटेलमध्ये जायचं, चमचमीत खायचं, सिगारेट आढोयची, दारू प्यायची, कॉलेजला जायचं नाही, गेले तर दंगा करायचा, वेगवेगळे आवाज काढत फिरायचं. मुलींचा विषय सारखा चर्चेत घ्यायचा. नको ते कपडे स्टाईल म्हणून वापरायचे. घाण व फाटके कपडे स्टाईल म्हणून वापरायचे, मेसला न जेवता बाहेर जेवायचं, मेस, कॉलेजमध्ये मोडतोड करायची व होस्टेलवर आरडा-ओरड करायची. म्हणजेच 'कॉलेज लाईफ एन्जॉय' करायचे हा अर्थ आता या पिढीनं गृहीत धरला

आहे. कशाचे काहीही वाटत नाही. कशाशी देणे-घेणे नाही, आई-वडिलांशी नाही, देशाशी नाही, मातीशी, संस्कार संस्कृती तर लांबच. उगीच पायाला हात लावला म्हणजे संस्कार संस्कृती आहे असा अर्थ होत नाही. वागण्यातून, बोलण्यातून, कृतीतून संस्कृती दिसते. ती दिसत नाही हीच खेदाची बाब आहे.

'आताच्या मुलांचे हे वागणे पाहिले तर फारच यातना होतात. वाटतं काय करणार ही पिढी पुढे. पण आम्ही प्रयत्न करतच असतो. साहेब तरी सारखे याच गोष्टी पहात असतात. त्याना वाटतं आपली मुलं चांगली वागावीत, शिकावीत, भविष्यात मोठी व्हावीत. आईवडिलांना आनंद तर होईलच पण आपलीही मान ताठ होईल. हा माझा विद्यार्थी म्हणून सांगताना छाती फुगेल. असेच विद्यार्थ्यांनी वागावे, रहावे, असे नेहमीच साहेब बोलून दाखवतात.'

❖❖❖

संध्याकाळची वेळ होती. वातावरण थंडं होत, सूर्य मावळत होता. कॉलेजच्या इमारतीसमोर खुर्च्या टाकून साहेब बसायचे. आम्हालाही बोलवायचे. गप्पा मारत मारत चहा व्हायचा. मग चला फिरून येऊ म्हणून उठायचं. ग्राऊंडवर एक-दोन राउंड व्हायचे. ग्राऊंड भव्य होतं. त्याचा एक राउंड एक किलोमीटरचा होत होता. चारी बाजूनी आंबा, काजू, नारळ इत्यादी झाडांची डोंगरावर लागवड. मध्येच ग्राऊंड पश्चिमेला सूर्य बुडताना लाल गोळा हळू हळू खाली जाताना दिसत होता. क्षितिजावर लालेलाल छटा पसरल्या होत्या. हळूहळू अंधार दाटून येऊ लागला. साहेबांना काय वाटले कोणास ठाऊक.

"जाधव, होस्टेलवर जाऊया."

"बरं सर"

आम्ही होस्टेलकडे चाललो. होस्टेल पाच मिनिटांच्या अंतरावर होते. आम्ही गेटमधून आत गेलो. वॉचमन आला, त्यानं खुर्च्या आणून ठेवल्या; पण आम्ही नाही बसलो. होस्टेलमध्ये गेलो. एका खोलीत बरीच गर्दी, दंगा चालला होता. आम्ही पुढे गेलो, दारात उभे राहिलो. आत दंगा. एकमेकांच्या तोंडाला काही तरी लावत होते. कोणाचे लक्ष नव्हते. आम्ही खोलीच्या दारात बराच वेळ उभे. एका विद्यार्थ्याने पाहिलं. त्यानं दुसऱ्याला, दुसऱ्यानं तिसऱ्याला- असे करत सर्व शांत झाले. तोंडावर लावलेली घाण साफ करत आता ते उभे होते. मधोमध टेबल, टेबलावर मेणबत्त्या व थोडासा शिल्लक राहिलेला केक दिसला.

"हा काय प्रकार आहे रे?"

साहेब ओरडलेच. कोणी बोलायला तयार होईना.

"काय पाटील, काय हे?"

मीच विचारले.

"सर, वाढदिवस...!"

"काय, असा वाढदिवस? तोंडाला काय फासलंत हे?"

"केकवरचे क्रीम सर..."

"काय? असं तोंडाला फासून कसला वाढदिवस साजरा करता? भडव्यांनो, आई-बाप तिकडे मर-मर मरतात अन् तुम्ही इकडे वाढदिवस साजरा करता? कोण रे तू ? काय तुझी मर्दुमकी, लायकी, योग्यता- वाढदिवस साजरी करायची?

"अरे, वाढदिवस म्हणजे आयुष्यातला एक दिवस कमी झाला तुमच्या- म्हणजे दु:खाचा दिवस. वर्षात मी काय केले, त्याचं मूल्यमापन करा. आत्मचिंतन करा. इंग्रजांच्या याच गोष्टी घेतल्या. त्यावर विकृती म्हणून तोंडाला केक फासलात. बोचाला लावा अन् मग एकमेक चाटा. हरामखोर! अरे, वाढदिवस कसला करता? असं काही तरी चांगलं काम करा की- तुम्ही मेल्यावर लोकांनी तुमची जयंती, पुण्यतिथी करावी. आई-बापानं कष्ट करून पैसे पाठवायचे, तुम्ही हे असे उधळायचे! काय अधिकार आहे तुम्हाला? तुमची कमाई किती? बापाचा पैसा असा उधळायचा तुम्हाला अधिकार काय?

"काय हे? जाधव, कसले विद्यार्थी हे! अरे....."

साहेबांना पुढे बोलवेना. ते ताबडतोब फिरले आणि ताड्ताड् निघून गेले.

❖❖❖

माझा संसारही व्यवस्थित चालला होता. मला मुलगा झाला. मलाच काय माझ्या घरातील सर्वांना आनंद झाला. साहेबांना ही बातमी सांगायला गेलो.

"या या जाधव, काय सकाळीच आलात?"

"साहेब! एक आनंदाची बातमी."

"अस्सं! साळवी चहा कर, बोला."

"मला मुलगा झाला."

"अरे वा! हे बघा जाधव हा मातीचा गुण आहे आणि या जागेचा."

"ते कसं काय साहेब?"

"अहो आतापर्यंत जे जे या संस्थेत आले, ज्यांची लग्न झाली, त्यांना त्यांना पहिला मुलगाच झालाय. बाळ कसं आहे?"

"चांगलं आहे."

"तुम्ही कधी जाणार?"

"उद्या जावं म्हणतोय."

"अरे वा म्हणजे चांगली बातमी सांगण्याच्या निमित्ताने घरात जाण्याची परवानगी......."

"होय, साहेब!"

"जा जा, दोन दिवस राहा."

साळवी शिपायानं चहा आणला, आम्ही चहा घेतला व मी निरोप घेऊन गावी आलो.

माणसाच्या जीवनात शिक्षण, नोकरी, मग लग्न, संसार, मुलं. मग स्वत: जगायचं कधी? मग इतरांसाठी जगायचं कधी? समाजसेवा-समाजसेवा म्हणतात ती कधी करायची आणि ती प्रत्येकाला साधणार का?

पण ते तरी नशिबात असावं लागतं. कुणाच्या नशिबात समाजसेवा तर कोणाच्या नशिबात 'अरे संसार संसार' मलाही वाटायचं आपल्या हातून काय तरी वेगळं घडत आहे. मी सारखा विचार करायचो पण काही उपयोग होत नव्हता. डोकंच चालत नव्हतं. साहेब सांगायचे,

ज्याच्याकडे अफाट संपत्ती आहे पैसा आहे, तो समाजसेवा करू शकत नाही, कारण त्यांना आणखी हवं असं वाटत असतं त्याच्यामागे ते पळत असतात. पण ज्याच्याजवळ कांही नाही पण समाजसेवेचं व्रत घेतलेले असते तेच काहीतरी करू शकतात. त्याना ना संसार ना संपत्ती पैशाची हाव. ते जिथे काय जे काम करतील तिथं त्यांना यश येत राहते. उदाहरण 'गाडगे महाराज' घ्या, 'कर्मवीर भाऊराव पाटील' घ्या. अहो यांचं कशाला 'सिंधूताई सपकाळांचं' उदाहरण घ्या, काय काय सोसलं त्या माऊलीने आणि काय-काय करून ठेवलंय अनाथ मुलांच्यासाठी. पण हे येड्या गबाळयाचं काम नव्हे, त्यासाठी लागते समाजाबद्दल आपुलकी. हे काम एवढं सोपं नसते. आयुष्य समर्पित करण्याची त्यांच्या जवळ प्रबळ इच्छाशक्ती व वेळ असतो, तेच हे करू शकतात. माझं-माझं करणाऱ्यांना व पैसा-पैसा करणाऱ्यांना हे शक्यच नाही. छानछोकीनं राहणं, गाडी, बंगला, फिरणं, हौस-मौज करणाऱ्यांनी समाजसेवेच्या आजूबाजूलाही जाऊ नये.

'बाबा आमटे' व 'प्रकाश आमटे' यांच्या कुटुंबानी वाहून घेतलं, आदिवासी व कुष्टरोग्यांच्या सेवेला. ही वाट फार बिकट असते. अनेक संकटे व काट्या-

कुट्यातून पुढे जावं लागतं, मानहानी सहन करत उपाशीपोटी राहून हे कर्म करावे लागते. तरच तो कर्मवीर होतो.

साहेब बोलतात त्यावेळी ऐकत राहावे असे वाटतं. हा योग मला नेहमी येतोच. साहेब सारखे बोलता बोलता असले दाखले देतच असतात.

संस्थेचा पसारा वाढतच होता. साहेबांनी अजून पाच-सहा महाविद्यालय काढली. प्रत्येक वेळी ते मला बोलवून चर्चा करायचे, हे मी माझं नशीब समजत होतो. कामे सांगायचे व म्हणायचे,

"हे बघा जाधव, जो माणूस करतो त्यालाच सांगतात."

"होय साहेब, पण करणारा करतो, बाकीचे......"

"अहो बाकीचे मजा करतात, असे म्हणायचे का तुम्हाला? करू दे त्यांना तसे वाटत असेल तर ती मनाची समजूत व भ्रम आहे."

"ते कसं साहेब?"

"अहो ते स्वत:ला फसवतात. तुम्ही एखादं काम केलत ते पूर्ण झाल्यावर तुम्हाला काय वाटतं?"

"समाधान!"

हां! तेच. तेच त्यांना त्यांच्या आयुष्यात कधीही मिळणार नाही. आपण जगतो कशासाठी, मरतो कशासाठी हेच नंतर कळत नाही. पण जर तुम्ही कष्टाळू असाल. तर एखादं काम करत, काहीतरी करत राहावं असं वाटतं. ती ऊर्मी मरेपर्यंत आपल्याकडे राहते. ती ऊर्जा आपल्यात येते, कारण तुम्ही केलेले असते, पण जे करतच नाही. त्याला काहीच करता येत नाही.

अजब विचार होते. पण खरे होते. अनुभवाचे होते.

❖❖❖

दिवसामागून दिवस जात होते. नवीन मुलं येत होती. जुनी जात होती. महाविद्यालयातील सर्व कामे आपल्या परीने सर्व करत होते.

या संस्थेत एक होतं, सर्वांना काम करायला लागायचं, कारण साहेबच स्वत: काम करायचे किंवा तिथं उभे राहून करून घ्यायचे. अनेक छोटी मोठी काम श्रमदानाने पूर्ण करायचे. इमारतीची कामे कंत्राटदारांना कधी देत नसत, मजुरी लाऊन मटेरिअल खरेदी करून करायचे, म्हणजे निम्मी किंमत लागते.

इमारतीचा ले आऊट स्वत: करण्यापासून, सर्व कामे साहेब करायचे मुलांच्या सोबत, साहेब, प्राचार्य, प्राध्यापक असायचे. कधी-कधी मुलांना वडापाव

खायला द्यायचे

अशी संस्था मला मिळाली आणि माझ्या आयुष्यात एक काम करून दाखवायची संधी परमेश्वरानेच मला दिली, असं मला वाटतं. मला काहीही कमी पडत नव्हते. कामात संसारात, मी सुखी होतो. साहेबांच्याबरोबर राहिल्याने अनेक लहानमोठया कार्यकर्त्यांची, नेत्यांची ओळख झाली.

❖❖❖

भाकरी मिळवणे तसे अवघड नाही. पण ज्यांच्या समवेत हसतखेळत तिचा तुकडा मोडून तोंडात घालावा अशी मोठी व नीतिवान माणस मिळणं या जगात फार अवघड आहे. मला असा माणूस नाही तर तारणहारच मिळाल्याचा आनंद होता.

साहेब फार रागवतात, पण माणसं रागवतात जी नेहमी खरी असतात. कारण खोटारडी माणसं मी नेहमी हसताना पाहिली आहेत. खरं बोलून मन दुखवलं तरी चालेल, पण खोट बोलून आनंद देणाऱ्यांपैकी साहेब नव्हते. नाते संभाळायचे असेल तर चुका सांभाळून घेण्याची मानसिकता असावी. त्यातच पुढे मग माणसाचा गोतावळा भोवती जमतो. असे नेमके साहेबांच्या बाबतीत होत होते. ते मी उघड्या डोळ्यांनी पहात होतो.

मी साहेबांच्या सहवासात नेहमी असतो. सहवासाचा परिणाम किती होतो याबाबत आचार्य विनोबांनी एक उदाहरण दिलंय, 'आकाशातून पडलेला पावसाचा थेंब हातावर झेलला तर तो पिण्यायोग्य असतो. तोच गटारात पडला तर त्याची प्रतिष्ठा ढासळते. तोच थेंब गरम तव्यावर पडला तर तो नष्ट होतो. तोच थेंब शिंपल्यात पडला तर त्याचा मोती बनतो. थेंब तोच पण कुणाच्या सहवासात येणार त्यावर त्याचे अस्तित्त्व त्याची पत व प्रतिष्ठा ठरते.'

म्हणून चांगल्या लोकांचा सहवासात राहावं, वागावं, आपलं आयुष्यं घालवावं. ही संधी सर्वांना मिळत नसते, पण तसा प्रयत्न करावा. तशी माणसं शोधावीत.

या संस्थेतील विद्यार्थ्यांना 'चेअरमन साहेब डॉ. साळुंखेसर' यांच्या सान्निध्यात राहण्याची एक मोठी संधीच मिळाली होती. सर्व क्षेत्रात पारंगत, अभ्यासू व कर्तबगार माणसाच्या हाताखाली शिकणे, राहणे म्हणजे एक पर्वणीच होती. आदर्श-आदर्श म्हणून नको तिथं शोधणाऱ्या आजच्या विद्यार्थ्यांना ही संधी होती. आदर्श आपल्या समोर आहे, तो चेअरमन साहेबांच्या रूपानं. हे आम्ही नेहमी विद्यार्थ्यांना सांगत आलो. संस्थाचालक अनेक आहेत. मीपण पाहिलेले आहेत व त्यांच्या बद्दल ऐकलेही आहे, पण डॉ. साळुंखे साहेब हे काय औरच होते. विद्यार्थ्यांनी साहेबांचा एक आदर्श

जरी घेतला तरी आयुष्याचं सार्थक होईल. सर्वार्थानं विद्यार्थी यशस्वी होतील.

❖❖❖

पहिल्या वर्गाच्या वसतिगृहात गेलो. मोटारसायकल लावली. सर्व शांतता होती. मी नेहमीप्रमाणे फेरफटका मारला. एकही मुलगा दिसला नाही. मी शिपायाला विचारलं.

"अरे मुलं कुठं दिसत नाहीत?"

"अहो, ती तर कॉलेजवर गेलीत."

"कॉलेजवर?"

"का?"

"तुमच्याकडेच!"

"माझ्याकडे?"

"होय!"

"का रे?"

"काय तरी झालंय."

मी लगेच मोटरसायकलला किक् मारली. कॉलेज गाठले. प्राचार्यांच्या कार्यालयासमोर विद्यार्थी थांबले होते.

"काय रे, का आलात?"

सर्व खाली मान घालून उभे.

"अरे इथं का आलात. तोंडबिंड आहे की नाही? पाटील बोल."

"सर, सलग दोन दिवस 'सागर जाधव' दोन तीन मुलांना घेऊन येतो व मी इथं सोळा नंबरला राहात होतो, इथं मी काही काळ गाजवलाय म्हणून खोलीत येतो व सांगतो आणि सर्वांना बोलवतो व रॅगिंग घेतो."

"काय?"

"होय सर!"

एकदम सर्वांचा कंठ मोकळा झाला.

"काय करतो?"

"मुलांना कपडे काढायला सांगतो. दुसऱ्याला म्हणतो, त्याच्या बरगड्या मोज. चुकलास तर तुझी चड्डी काढीन."

"मग पुढे?"

"तोंडात खडू घेऊन फरशीवर नाव लिहायला सांगतो. अख्खा खडू,

मोडलास तर गोटा करीन म्हणून धमकी देतो.''

''परवा तर सर त्यानं भात कागदात बांधून आणला आणि एकाला सांगितलं. एक एक शित खायचं मी शंभर मोजेपर्यंत संपवायचं. नाहीतर मेसमधून बादली भरून आमटी आणून प्यायला लावीन.''

''सर बरंच वाईट काही तरी करायला सांगतो.''

''बरं मग तुम्ही तक्रार का केली नाही?''

''आम्हाला धमकी दिली, जर सरांना सांगाल तर तुम्हाला मारणार, मी गाजवलंय इथं, किंग आहे मी.''

''अरे, पण इतक घडलं आणि तुम्ही साधं माझ्या कानावर घातलं नाही? कमाल आहे तुमची. अरे आयुष्यात असं कसं जगणार तुम्ही?''

मी प्रथम प्राचार्यांच्या केबीनमध्ये गेलो, ते कामात होते. त्यांनी मानसुध्दा वर केली नाही.

''नमस्कार साहेब!''

''या या, काय प्रॉब्लेम?''

''अहो सर प्रश्नांच्या ढिगाऱ्यावरच मला तुम्ही बसवलंत.''

''आम्ही नाही.''

''अहो संस्थेने का असेना. मग नको का तुम्हाला? तुमची इच्छा असेल तर तसं करा.''

''आमच्या इच्छेला कोण विचारतो जाधव?''

अहो तुम्ही प्राचार्य आहात, एक पत्र द्या संस्थापकांना.

''बघूया! तुम्ही का आलात?''

''मुलं आलीत?''

''कुठली?''

''प्रथम वर्षाची.''

''का?''

''ते त्यांनाच विचारा.''

''मग तुम्ही काय केलंत?''

''माझ्या अगोदर तुमच्या कडेच आलीत, त्यांना बोलवा.''

प्रथम वर्षाची सर्व मुले आत आली. दाटीवाटीने उभी राहिली. काही बाहेर थांबली.

"बोला!"

प्राचार्यांनी एकदम नाराजीतच विचारलं. कोणी बोलेना.

"अरे बोलाना, वाचा का बसली?"

मी जोरात बोललो.

"थांबा जाधव, बोलतील. ते सारखं-सारखं त्यांच्यावर ओरडू नका मुलं आहेत ती."

मी गप्प बसलो.

मुलांनी घडलेला सर्व प्रकार सांगितला. प्राचार्यांना काय सांगावं समजेना.

"बोला आता जाधव."

"मी काय बोलणार?"

"तुम्ही प्राचार्य आहात!"

"तुम्ही मला सांगता मी प्राचार्य आहे हे. तुम्हाला माहीत नाही असं बोलता."

"सॉरी सर, पण हे तुमच नेहमीचंच आहे."

"काय नेहमीचंच?"

"यांना काय ते सांगा मग आपण बोलू सर."

मी समजावणीच्या सुरात बोललो. मग त्यांच्याही लक्षात आलं. त्यांनी मोर्चा विद्यार्थ्यांच्याकडे वळवला.

"तुम्ही एक अर्ज द्या माझ्याकडे."

मुलं निघून गेली. मी उठलो निघालो.

"बसा जाधव."

"नाही सर, मला लेक्चर आहे आज."

❖❖❖

मी बाहेर पडलो. पण माझ्या डोक्यात प्राचार्यांची ती वाक्ये डोक्यात बसली होती. मला नेहमी वाटायचं मी 'रेक्टर' झालो आहे हे प्राचार्यांना मान्य नाही. त्यामुळे कधी कधी त्यांचा राग वर येतो.

लेक्चर संपले. माझ्या डोक्यातून विचार जाईना. मी ठरवलं आपण साहेबांच्याकडे हा विषय काढावा. पण साहेब काय म्हणतील म्हणून मी गप्प बसलो. पण मनातून विषय मात्र जात नव्हता. मी जर प्रामाणिकपणे काम करतो आहे, कोणतीही तक्रार नाही. मग असं का होतंय हे माझ्या लक्षातच येईना. बरं माझ्या कामात मी कुचराई करत नव्हतो. मग प्राचार्यांना माझा राग करायचं कारण काय? मला काहीच सुचत

नव्हतं.

दुपारी काही मुलांनी साहेबांच्या मुलाकडे तक्रार केली, साहेबांना त्यांच्या मुलाने सांगितले. पण खात्री केल्याशिवाय साहेब कोणाला काही बोलत नव्हते. साहेबांनी प्रथम प्राचार्यांना बोलवले. प्राचार्य भीत भीत आत गेले.

''नमस्कार साहेब!''

''या बसा!''

''साहेब......''

''काय हो दोन चार दिवसापासून प्रथम वर्षांच्या मुलांचे रॅगिंग तो सागर जाधव व इतर घेतात त्याची माहिती तुम्हाला आहे काय?''

''होय, काल मुलं आली होती.''

''मग तुम्ही काय केलंत?''

''मी त्या मुलांना बोलवणार होतो.''

''कधी, एखाद्याचा मुडदा पाडल्यावर, की पूर्ण महाविद्यालयाची बदनामी झाल्यावर. त्याच दिवशी त्याचा सोक्षमोक्ष का लावला नाहीत?''

''साहेब, मी रेक्टरना बोलली होतो.''

''काय बोलला होतात?''

बेल वाजली शिपायाला 'जाधव रेक्टरना' बोलवायचा आदेश झाला.

मी धावतच गेलो.

''आत येऊ काय साहेब?''

''या या बसा. काय हो, प्रथम वर्षाच्या मुलांचे रॅगिंग, तो सागर जाधव घेतो त्याबद्दल प्राचार्यांनी तुम्हाला काय सांगितले होते?''

मी प्राचार्यांकडे पाहिले. एकदम भयभीत चेहरा दिसला.

''नाही साहेब, उलट हे घडलं ते मीच त्यांना सांगितले.''

''मग?''

''मग त्यांनी काय केलं हेच मला माहीत नाही.''

''अरे किती जबाबदार तुम्ही लोक आहात. अरे, आपल्यावर विश्वास ठेऊन एवढ्या लांबून त्यांचे आई-वडील त्यांना आपल्याकडे पाठवतात. साधी तुम्ही त्यांची काळजी घेऊ शकत नाही? कोणाकडे जाणार ही मुलं? दाद कोणाकडे मागणार?''

आम्ही गप्प होतो.

''काय म्हणतोय मी प्राचार्य?''

"होय साहेब!"

"काय होय साहेब? आताच्या आता तो कोण जाधव व इतर पोरं आहेत त्यांना माझ्या समोर हजर करा. चला!"

प्राचार्य उठले मी तिथेच बसलो.

"जाधव, चला माझ्याबरोबर."

"का, जाधव का लागतात तुम्हाला? प्राचार्य म्हणून तुम्ही जा व घेऊन या त्या विद्यार्थ्यांना इथं."

❖❖❖

मुकाट्यानं प्राचार्य बाहेर पडले. ते चौथ्या वर्षाच्या वर्गातच गेले. तिथे 'सागर जाधव' जे कोणी रॅगिंग करायला गेले होते त्याना उभं रहायला सांगितले. फक्त 'जाधव' उभा राहिला. त्याला न भुतो भविष्यती अशा शिव्या वर्गातील मुलांच्या देखत दिल्या आणि दंडाला धरून साहेबांच्या समोर उभा केला. त्याच्या सोबत पीटी टीचर माने होते.

'सागर जाधव' थरथरत होता. खाली मान घालून उभा होता.

"काय रे, का गेला होतास प्रथम वर्षाच्या होस्टेलवर?"

साहेबांनी जोरात विचारले.

"नाही सर, सहज."

साहेब उठले व एक कानफाटात लगावली. खालीच पडला. तिरमिरी आली. उठून उभा राहिला. परत मारणार तोचं साहेबांनी स्वत:ला सावरलं.

"हरामखोरा! कशाला शेण खायला गेला होतास? काय दिवे लावलेस चार वर्षात? किती विषयात पास झालास, किती वेळा नापास झालास, कसातरी सुटतोस. मग हे कशासाठी धंदे करतोस? काय लहान मुलांवर मर्दुमकी गाजवतोस?"

"काय रे काय काय रॅगिंग घेतलंस?"

प्राचार्यांनी तोंड उघडलं.

"नाही सर."

"नाही सर? खोटं बोलतोस? हा बघ अर्ज तुझ्या विरोधात दिलाय."

साहेबांच्या समोर तो अर्ज ठेवला साहेबांनी वाचला.

"काय रे जाधवा, तोंडात खडू धरून नाव फरशीवर लिहायचं. कसं लिहायचं ते तूच दाखव."

साहेबांनी बेल दाबली. शिपायाला खडू आणायला लावला. खडू आणला

त्याला घेऊन साहेब व आम्ही वर्गात गेलो. वर्गात साहेबांनी जोरात सर्वांची कान उघाडणी केली व सागर जाधवला सांगितले की चल 'धर हा तोंडात खडू आणि लिहून दाखव तुझ नाव फरशीवर'

'सागर जाधव' थरथरू लागला. इतर मुलं गप्प उभी होती. टाचणी पडली तरी आवाज येईल अशी अवस्था होती.

''लिहून दाखव म्हणतो ना हरामखोर!''

साहेबांचा आवाज वर्गात घुमला. कोण बोलायला तयार नव्हते.

''का रे नाही येत भडव्या? तुला जे जमत नाही ते लहान मुलांना सांगतोस? आता आले आहेत, त्यांना धमकावताय? चांगल करता येत नसेल तर वाईट तरी करू नका. अरे तुम्ही या नवीन मुलांच्या मनात प्रेरणा, उत्साह व जिद्द निर्माण करायची. ती नवीन आहेत, आईवडील, गाव यांच्यापासून प्रथमच दूर आलेत, त्यांना प्रेमानं आपुलकीनं जवळ घेऊन त्यांना दिलासा द्यायचा, आधार द्यायचा, की ते पळून कसे जातील ते बघायचं? विकृत मनोवृत्तीचे हे उदाहरण आहे. काय आसुरी आनंद यातून तुम्हाला मिळतो. विद्यार्थी दंगा करतो. करावाच त्यांनं, पण हे असले प्रकार करणारा म्हणजे असंस्कृत घराण्याचा वारसा चालवणाऱ्या एखादा बंडलबाज मुलगाच असला पाहिजे. कशाला येता मग अशा महाविद्यालयात? आईवडिलांच्या अपेक्षा काय? तुम्ही करता काय? कधीतरी जाणीव ठेवा.''

साहेब थांबले तो पोरगा शांत खाली मान घालून उभा होता. साहेब आतापुढे काय निर्णय देणार याकडे सर्वांचे लक्ष होते.

''प्राचार्य!''

''येस् सर!''

''या मुलांच्या आई-वडिलांना बोलवा. याला कॉलेजमधून 'रस्टीकेट' करा. याची केस तयार करा.''

साहेब बाहेर जाण्यास वळले. तसा तो विद्यार्थी त्यांच्या पायावर पडून ढसाढसा रडू लागला. बघाणाऱ्यांचे डोळे पाणावले, इतका तो काकुळतीला येऊन रडत होता. साहेबांना काय वाटले कुणास ठाऊक, त्याला उठवले. त्याच्या पाठीवर थोपटले व जा म्हणून सांगितले. पी.टी. टीचर माने यांनी दोन मुलांना त्याला होस्टेलवर घेऊन जायला सांगितले.

दुसऱ्या दिवशी त्याचे वडील आले. आले ते साहेबांच्याच ऑफिसमध्ये ते स्वत:ला, त्यांचा मुलगा व बरोबर दोन विद्यार्थी.

"मी या सागर जाधवाचा वडील."

साहेबांच्या लक्षात आलं. त्यांनी लगेच शिपायाला प्राचार्य व मला बोलवायला पाठवले. आम्ही साहेबांच्या ऑफिसमध्ये गेलो.

"बोला!"

"साहेब, या नालायकानं माझी अब्रू घालवली. माझी आई वारली. आज दुसरा दिवस."

"काय सांगता?"

साहेबांना फार वाईट वाटले.

"मग कशाला आलात तुम्ही?"

"काय करणार? मुलांचे फोन आले. प्राचार्य साहेबांचा फोन आला. गंभीर काहीतरी आहे म्हणून आलो. साहेब मला खूप वाईट वाटलं, आम्ही तिकडं मरमर मरायचं आणि यांनी इकडे आमची अब्रू घालवायची."

"काय रे जाधव?"

"सर, परत असं करणार नाही."

आणि परत त्यानं साहेबांचे पाय धरले. त्यांनाही सर्व परिस्थितीची जाणीव झाली. वडील दुःखात, त्यात 'हे' म्हणून त्यांनी त्यांनाच समजवलं.

"आम्ही माफ केलंय. जा तुम्ही. काही काळजी करू नका." साहेब सांगत असतानाच ते उठले व एक मुलाच्या श्रीमुखात मारली व त्याला घेऊन बाहेर गेले.

साहेबानी मला खूण केली त्यांच्याबरोबर जाण्याची.

सागर जाधवाच्या वडिलांनी त्याला रस्त्याने जातानासुध्दा मारले. मी त्यांच्या मागून जात होतो. संध्याकाळची वेळ होती. मी परत आलो. साहेबाना सर्व हकिगत सांगितली.

"आता कुठे आहेत ते?"

"वसतिगृहात, त्यांच्या खोलीत."

"असू देत, सुर्वेना म्हणावं त्यांच्या जेवणाचं बघा."

मी घरी आलो. सुर्वेना निरोप दिला व जेवण करून परत वसतिगृहाकडे गेलो. एवढ्यात साहेबांची गाडी आली, साहेब स्वतः चालवत होते. ते उतरले व सरळ त्या जाधवाच्या खोलीत गेले. वडिलांना जेवणाचा आग्रह केला. मुलांना त्या जाधवाला जेवायला घेऊन जायला सांगितले.

"हे बघा, तुम्ही वडील आहात. काळजी वाटणं सहाजिक आहे. पण

तुमच्यावर दुःखाचा डोंगर कोसळलाय. तुम्ही याचा विचार करू नका.''

''पण साहेब?''

''आता विषय नको. तुम्ही जेवा बघू, सुर्वे यांचं जेवण इथंच आण.''

साहेबांनी सुर्वेला सांगताच जाधवाचे वडील म्हणाले,

''नको साहेब.''

''का हो?''

''आई गेल्यानंतर तीन दिवस आम्ही दुसरीकडे जेवत नाही. मी सकाळी जातो. सांभाळून घ्या. तुमच्यासारखी माणसं असताना यानं असं करावं त्याचंच दुःख मला फार झालंय.''

''काही दुःख, काळजी करू नका. शांत व्हा व सकाळी जा सावकाश. तुमच्या दुःखात आम्ही सर्व सहभागी आहोत.''

साहेबांनी किती संयमानं हाताळलं हे प्रकरण मी स्वतः पाहिले. हे एक कौशल्य होत. प्रत्येक गोष्टीत संयम पाहिजे, व 'निर्णयक्षमता कशी असावी' हेच मी, साहेबांच्या कडून शिकलो.

दुसरे दिवशी परत त्या विद्यार्थ्याला व प्रथम वर्षाच्या तक्रार देणाऱ्या विद्यार्थ्यांना साहेबांनी स्वतः बोलाऊन समजूत काढली व सागर जाधवला सर्वांची माफी मागायला लावली.

❖❖❖

प्रसंगावर प्रसंग आयुष्यात येत होते. मी सर्वांना समर्थपणे तोंड देत होतो. नाही जमले की साहेबांच्याकडे जात होतो. ते त्यावर योग्य उपाय करत होते. पण कितीही प्रश्न निर्माण झाले तरी मला विद्यार्थ्यांच्या कामात आनंद, समाधान व एक वेगळाच अनुभव मिळत होता. अनुभवाची शिदोरी वाढत होती.

मुले रात्री आजारी पडली तरी रात्री-बेरात्री मी धावून जात होतो. त्यांना दवाखान्यात घेऊन जात होतो. मुलींचे प्रश्न वेगळेच असायचे. त्यांनाही रात्री अपरात्री आजारी पडल्यावर दवाखान्यात घेऊन जात होतो. एक सेवा म्हणून मी पहात होतो. 'त्या मुलांचे आईबाप आपणच आहोत असे पहा,' असे साहेबांनी वारंवार सांगितल्यामुळे ते मनावर खोलवर बिंबलं होतं. माझं कर्तव्य मी करत होतो. माझ्यावरही तक्रारी होत होत्या.

❖❖❖

''साहेब, आत येऊ?''

"जाधव या. आज सकाळीच काय काम काढलंत?"

"साहेब, एक प्रश्न आहे?"

"असणारच अहो, आयुष्यात प्रश्न नसले तर ते आयुष्य काय कामाचे नसते. बोला काय प्रश्न आहे?"

"साहेब मी रेक्टर आहे, हे प्राचार्यांना बहुतेक मान्य नाही."

"का?"

"माझ्यावर त्यांचा विश्वास नसावा."

"कशावरून?"

"ते मला प्रत्येक वेळी बोलत असतात."

"अहो, ते तुमचे साहेब आहेत, बोलायचेच. तुम्ही कशाला मनावर घेता?"

"साहेब, मी तुमच्याजवळ आहे म्हणून काही कर्मचारी, प्राध्यापक माझ्याशी बोलत नाहीत. मी गेलो की गप्प बसतात."

"त्यांना तुमची भीती वाटते. तुम्ही मला सांगाल म्हणून."

"पण सर........."

"अहो जाधव, चालायचंच."

"मला त्याचं दुःख होतं सर. रात्रभर मग झोप येत नाही."

"तुम्हाला माहीत आहे काय, जाधव?"

"काय साहेब?"

"अहो मोर नाचतानासुध्दा रडतो. राजहंस मरतानासुध्दा गातो. दुःखाच्या रात्री झोप कुणालाच लागत नाही आणि सुखाच्या आनंदात कुणीही झोपत नाही. यालाच जीवन म्हणतात. आहे हे असं चालायचंचं. सगळं चांगलं चालतच नाही. काही लोक दुसऱ्याला दुःख देण्यासाठीच जन्माला आलेत. आपण त्याची काळजी करायची नाही."

"बरं साहेब."

म्हणून मी उठून आलो. साहेबांच्याकडे कोणत्याही प्रश्नाच उत्तर असतं. लगेच तोडगा असतोच.

गॅदरिंगची बैठक साहेबांनी बोलावली. सर्व प्राध्यापक, प्राचार्य व विद्यार्थी प्रतिनिधी सर्व चर्चा झाली. पाहुणे कोण आणायचे, तारीख वगैरे सर्व ठरवण्याची चर्चा चालली होती. एक विद्यार्थी उठला व म्हणाला.

सर 'कोरिओग्राफर' पाहिजे. डान्स बसवायला कधी नाही ते साहेब 'हो'

म्हणाले. पण त्यांनी सांगितले,

"तुम्ही 'कोरिओग्राफर' आणा पण त्याच्यावर लक्ष ठेवा प्राचार्य हे 'कोरिओग्राफर' वेगळे असतात बघा."

सर्वांनी आमच्या जबाबदारीवर आणतो असे आश्वासन दिले.

गॅदरिंगची धामधूम सुरू झाली, डान्स मुलांचे मुलींचे बसवणे, गाणी बसवणे, काही स्कीट्स बसवणे सर्व चालू होते.

दिवसा रात्री प्रॅक्टिस सुरू होती.

एकदा साहेब, मी, प्राचार्य, प्रॅक्टिस बघायला गेलो. प्रथम वर्षाच्या मुलींचा डान्स 'कोरिओग्राफर' बसवत होता. एक सडपातळ उंच मुलगी फार सुरेख डान्स करत होती. तो 'कोरिओग्राफर' विशेष लक्ष देऊन तिचा डान्स बसवत होता. काय झालं कुणास ठाऊक, साहेब उठले बाहेर आले.

"प्राचार्य, या 'कोरिओग्राफरकडे' लक्ष ठेवा."

"का साहेब?"

"त्याचे लक्षण मला ठीक दिसत नाही."

"लक्ष ठेवतो."

"जाधव, ती मुलगी कशी आहे, याची माहिती घ्या व तिच्यावर लक्ष ठेवा."

"होय साहेब."

❖❖❖

आम्ही निघालो ते कॉलेजवर. साहेबांना असं काय दिसलं कुणास ठाऊक. ती मुलगी तो 'कोरिओग्राफर' काय समजेना. मी संध्याकाळी लेडीज होस्टेवर गेलो. काही मुलींना बोलावले. त्यामध्ये त्याही मुलीला बोलावले. तिचे नाव, गाव, वडील काय करतात वगैरे सर्व विचारले. डान्स चांगला करतेस. अभ्यासातसुध्दा लक्ष देत जा. अशी सूचना केली.

गॅदरिंग चांगले झाले आणि दोन दिवसांतच ती मुलगी 'कोरिओग्राफर' बरोबर पळून गेली अशी वार्ता मुलींनी आणली.

मी हबकलोच, लगेच प्राचार्यांच्या कडे गेलो. नेहमीप्रमाणे प्राचार्यांनी माझं स्वागत केलं.

"या या रेक्टर, काय आणलंत आज?"

"वाईट बातमी आहे सर.."

"तुम्ही चांगली बातमी सांगणच शक्य नाही."

“ठीक आहे. येतो सर मी.”

आणि मी उठलो तो सरळ साहेबांकडे गेलो. प्राचार्यांना घाम फुटला. त्यांना वाटले हे आता साहेबांना सांगणार.

“आत येऊ सर?”

“या या जाधव, बसा बोला.”

“साहेब, तुमचा अंदाज खरा ठरला.”

“कोणता हो?”

“त्या ‘कोरिओग्राफर’ व त्या मुलीचा.”

“काय झालं?”

“अहो ते पळून गेले.”

“म्हणजे?”

“आता मुली आल्या होत्या सांगायला.”

“काय म्हणता?”

“होय सर.”

“मग प्राचार्यांना सांगितलत?”

“नाही.”

“का?”

“त्यांनाच विचारा.”

लगेच शिपाई पाठवला व प्राचार्य आले

“काय हो प्राचार्य, तुम्हाला ही बातमी कळली काय?”

“कोणती साहेब?”

“वा! प्राचार्य म्हणजे जी बातमी जगात झाली. ती तुम्हाला कळली नाही. करता काय?”

“साहेब खरंच मला कुणी सांगितली नाही.”

“काय हो जाधव?”

“विचारा त्यांना मी आलो होतो सांगायला की नाही?”

“हे माझ्या चेंबरमध्ये आले होते.”

“मग?”

“पण त्यांनी काही सांगितले नाही.”

“काय हो जाधव?”

“अहो साहेब, मी कधीही गेलो तर हे टोमणे मारतात. आज गेलो तर तुम्ही चांगलं कधी बोलत नाही. येता ते प्रश्न घेऊनच येता. वगैरे वगैरे बोलतात.”

“प्राचार्य, तुम्ही या कॉलेजचे प्रमुख आहात. तुम्ही असं वागता तुमच्या स्टाफ बरोबर? त्यांनी चांगल काय सांगायचं? अहो तुम्ही मला एखादा प्रश्न विचारला तर मी तुम्हाला बोलायंच का? अहो प्रश्न सोडवण्यासाठीच आपण आहोत, ते तुम्हाला सांगणार नाहीत तर कोणाला सांगणार?”

“माफ करा साहेब.”

साहेबांचं एक होत. माफी मागितली, चुकलं म्हटलं की संपलं. त्यांचा राग पूर्ण निघून जायचा.

“अहो तुम्हाला ज्या मुलीवर व कोरिओग्राफरवर लक्ष ठेवायला सांगितले होते त्याचं काय झालं?”

“काही नाही सर.”

“अहो, ती दोघं पळून गेलीत.”

“काय?” प्राचार्यांने तोंडच परसले.

“होय, प्राचार्य म्हणून तुमच लक्ष पाहिजे होते. बोलवा मुलींना, मुलांना काय प्रकार घडला, कसा घडला, आता कुठे आहेत, सर्व चौकशी करा. संध्याकाळपर्यंत मला सांगा काय ते.”

प्राचार्यांचे धाबे चांगलेच दणाणले. त्यांनी मला बरोबर घेतले व ऑफिस मध्ये आले.

“जाधव सर, तुम्ही थेट साहेबांना.... ”

“अहो, मी कधीही आतापर्यंत थेट गेलो नव्हतो. तुम्ही सकाळी भलते सलते बोलायला लागलात. मग माझा नाइलाज झाला. हे बघा सर, मी जे काय करतोय ते चोख आहे. कोणाचेही उगीच बोलून घेणार नाही. मी माझ्या कुटुंबाकडे जेवढे लक्ष देत नाही तेवढे होस्टेलवर देतो. कोण फिरकते सांगा? तुम्ही दिलेले दोन ‘मॉनिटर’ कधीही येत नाहीत. मी कधी तक्रार केली. तुम्ही तरी कधी येता?”

मी ठरवलच होत आज पर्यंतच सगळं बोलून घ्यायच. आजची संधी होतीच तशी.

“जाधव सर, जरा शांत व्हा.”

“अहो शांतच आहे मी, फक्त आजपर्यंत बोललो नव्हतो. आज बोललो. तुम्हाला माझ काम पसंत नसेल व तुम्हाला दुसरा कोणीही रेक्टर करायचा असेल

तर माझी हरकत नाही. खुशाल करा. मग उगीच बोलू नका. प्रत्येकाला मन असतं, स्वाभिमान असतो. काम करून कोण ऐकून घेणार?''

''सॉरी बाबा!''

''तसं नाही, सर''

''बरं जाऊ दे ते, या भानगडीचं काय करायचं?''

''मुला मुलींना बोलावणं पाठवलय, येतील येवढ्यात त्यांना विचारू. तो पर्यंत तुम्ही त्या मुलीच्या आई वडिलांना फोन करा.''

प्राचार्यांनी त्या मुलीच्या आई-वडिलांना फोन करून झालेला सर्व प्रकार सांगितला. ते तातडीने आले.

तोपर्यंत मुलांनी व मुलींनी सर्व त्यांचे जे चाळे चालत होते ते ही सांगितले. मग प्राचार्य त्यांच्यावर ओरडले.

''अरे, एवढं चाललं होत तर मग आम्हाला का नाही सांगितलं तुम्ही?''

''सांगणार होतो. सर.''

''कधी, त्यांना पोर झाल्यावर?''

सगळे हसायला लागले.

''हसू नका गाढवांनो, आता काय बातमी?''

''उद्या ते लग्न करणार आहेत.''

''काय?''

''होय. तिचा फोन आला होता.''

एका मुलीनं सांगितले.

''कुठे?''

''रजिस्टर लग्न कोल्हापूर इथं.''

''फारच मजल गेली त्यांची.''

दुपारी त्या मुलीचे आई-वडील आले. मग नेहमीचे 'डायलॉग' त्यांनी बोलायला सुरवात केली.

'तुमच लक्ष नसतं. मुलगी गेलीच कशी? गॅदरिंग करताच का?' वगैरे वगैरे प्राचार्यांचीही त्यांची काही शिल्लक ठेवली नाही.

''तुमची मुलगी कशी वागते काय करते तुम्हाला माहीत नाही? ती कुठं शेण खाते हे आम्ही बघत बसायचे? प्रत्येक मुलीच्या मागे एक प्राध्यापक वॉचमन म्हणून ठेवू की काय? अरे संस्कारच तुम्ही तसे केले असणार कशाला बाता मारता.''

आईवडील गप्प बसले. मी उगीचच एक वाक्य फेकले.

''तुम्हालासुध्दा हे माहीत होतं.''

आईवडील गप्प झाले. मग मला चेव चढला.

''तुम्हाला माहीत असून का बंदोबस्त केला नाही तुमच्या मुलीचा? तुम्ही जे करू शकत नाही ते आम्हाला सांगता. आम्ही इथं शिकवतो सुधारगृह नाही काढलं.''

''सर, चुकलच आमच. आम्ही तीला समजाऊन सांगितल. पण ती ऐकायच्या मन:स्थितीत नव्हती.''

''नव्हती ना? मग द्या लिहून इथं आणि तिचे सामान आणि कागदपत्रे घेऊन जा.''

तिचे सामान व कागदपत्रे ताब्यात दिली आणि हे प्रकरण संपलं.

❖❖❖

या इतक्या वर्षात अनेक मुलांचे प्रकार, मुलींचे प्रकार त्यांच्या वागण्याच्या तऱ्हा, त्यांच्या बोलण्याच्या तऱ्हा. येवढे अनुभव आले त्या अनुभवाचा फायदा मला होत गेला. अतिशय सक्षमपणे मी काम करू लागलो.

रात्री, दिवसा, सकाळी कधीही मी होस्टेलवर जावू लागलो. मला तो एक दैनदिंन कामाचा भागच वाटू लागला. रात्री मी एका होस्टेलच्या लॉबीत जात होतो. येवढ्यात अंधार पडला. मी जरा तिथेच थांबलो. गोंधळ सुरू झाला. मी जरा पुढे जाऊन होस्टेलच्या व्हरांड्यात जाऊन उभा राहिलो. मुलांना वाटले कोणतरी विद्यार्थीच असावा, एक विद्यार्थी बाहेर आला व व्हरांड्यातूनच मुतायला लागला. दुसऱ्यानं त्याला हटकले.

''अरे हे दिन्या, जाधवसर येतील.''

''येऊ दे रे, मला भीती सांगू नको. त्या जाधवाच्या मीच एक कानफाटात वाजवीन.''

असं तो म्हणायला व एक सणसणीत कानफाटात त्याला मी लगावली. त्याची चड्डी तशीच खाली पडली. येवढ्यात लाईट आली. त्यांच्या दंडाला धरून खोलीत घेऊन गेलो.

''सुक्काळीच्या चड्डी वर कर,''

चटकन त्यानं चड्डी वर घेतली.

''बोल काय म्हणत होतास?''

''काय नाही सर, 'सॉरी' सर.''

''नाही माझ्या कानफाटात मारणार होतास ना मार. मार ना हा बघ गाल.''

"नाही सर, 'सॉरी'"
"काय सॉरी, तुला काय वाटलं."
"काही नाही सर"
"अरे 'जाधव आला तर त्याच्या कानफाटात अेकेरी शब्द. प्राध्यापकांना? हे संस्कार? काय काम करतात वडील तुझे?"
"शिक्षक!"
मी कपाळावर हात मारून घेतला.
"वा काय संस्कार आहेत? हरामखोरा, काय करणार आहेस आयुष्यात पुढे?"
"सर, परत असं होणार नाही."
"अरे, भोगाल याची फळ भविष्यात ज्यांना स्वत:च्या प्राध्यापकांची इज्जत, सन्मान, आदर करता येत नसेल तर ते विद्यार्थी कधीही जिवनात यशस्वी होणार नाहीत."
सर्व विद्यार्थी खाली मान घालून शांत उभे होते. "अरे संडास मुताऱ्या कशाला बांधल्यात? उद्या साहेबांच्या कडेच घेऊन जातो."
तो विद्यार्थी माझ्या पाया पडायला लागला, रडायला लागला. 'मला माफ करा' म्हणायला लागला.
मी त्याला उठवलं.
"हे बघा हे असं बोलणं योग्य नाही. लक्षात ठेव."
मी खोलीच्या बाहेर आलो पण अस्वस्थ होतो. काय आजची पिढी करते आहे हेच मला समजत नव्हत. किती विकृत? इतर वेळी आपण विदेशी लोकांचे अनुकरण करतो. कपडे, स्टाईल इत्यादीचे आंधळे अनुकरण करतो. पण त्यांच्या शिस्त स्वच्छता, प्रामाणिकपणा, इत्यादी गोष्टीच आपण कधीच स्वीकारल्या नाहीत, याचेच मला फार दु:ख वाटते.
सकाळी सर्व आवरून कॉलेजमध्ये आलो. साहेबांना आज मुद्दम भेटायचे होते. दोन महत्त्वाची कामे होती, एक गावाकडे घर बांधणे व दुसरे मुलांच्या शिक्षणासाठी. आलो तर साहेब बाहेर गेल्याचे कळले. मी तसाच मागे फिरलो तर सुर्वे मला शोधत आले.
"काय सुर्वे, काय आज?"
"सर काम होत."
"काय?"

“होस्टेलवर चला.”

“काय सांगशील की नाही.”

“काय सांगायचं सर, त्या दुसऱ्या वर्षांच्या मुलांनी हैदौस मांडलाय.”

“काय झालं.”

“दंगा तरी करतातच शिवाय मोडतोड सुरू आहे.”

“चला दाखवतो.”

“चला.”

आम्ही दोघे मोटरसायकलवर होस्टेलवर गेलो. त्या होस्टेलमध्ये गेल्यावर बऱ्याच खोल्यांचे दरवाजे मोडले होते.

“हे बघा सर लाथा मारून दरवाजे तोडलेत, कड्या तुटल्या, पुढे चला” संडास बाथरून मध्ये गेलो एक दरवाजा शिल्लक नव्हता. सगळे तोडले होते. मी एकदम सुन्न झालो. काय ही मानसिकता? का करतात हे? कसली विकृती ही? आपण काहीतरी वेगळे आहोत हे दाखविण्यासाठी व ‘शायनिंग’ मारण्यासाठीच हे विकृत उद्योग.

‘हे बघा सर एकही बाहेरची ट्यूब शिल्लक नाही. बाथरूमची ट्यूब शिल्लक नाही सर्व तोडून किंवा चोरून आपल्या खोल्यांमध्ये लावल्यात.’ मी बाहेर आलो मला एक नारळाचे सोडणं दिसलं.

“अरे सुर्वे, हे इथं कसं?”

“सर रात्री रस्त्यावरील लाईट ट्युब फोडल्या आहेत. त्यामुळे नारळ चोरून काढतात व खातात.”

मी शिडी आणायला सांगितली. शिपायाने शिडी आणली मी स्वत: शिडीवर चढलो व पाहिले तर वर नारळाच्या सोडणांचा ढीग पडला होता. मी गारठलोच केवढी चोरी ही? काय प्रकार हा, काय करावं काय? म्हणजे येवढ्या सुखसोयी देऊन इतक चांगल कॉलेज चालऊनही हे विद्यार्थ्यांचे काय वागणे? मी खाली उतरलो.

“सुर्वे वरची नारळाची सोडणे खाली काढून घ्या मी साहेबांना घेऊन येतो.”

मी गाडीला किक् मारली. साहेब नाहीत, हे मी विसरलोच होतो. मी प्राचार्यांच्याकडे गेलो, त्यांना हकीगत सांगितली व बघायला चला म्हणून विनंती केली. ते आले.

“बघा सर हे दरवाजे, बघा सर हे बाथरूमचे दरवाजे आणि हे चोरून खाल्लेले नारळ.” प्राचार्य बघतच राहिले.

“कुठली मुलं ही?”

"दुसऱ्या वर्षाची."
"काय करायचं आता?"
"तुम्ही ठरवा."
"मी काय ठरवणार?"
"मग?"
"साहेब येऊ द्या. तोपर्यंत हे असंच ठेवूया."
"चालेल."

साहेब संध्याकाळी आले ते सरळ होस्टेलवर. मी प्राचार्यांना फोन केला. ते पण आले. साहेबांनी सर्व पाहिले. फार वाईट वाटले.

"जाधव आपण यांना काय कमी केलय?"
"काही नाही सर, इतर कॉलेजपेक्षा सोयी चांगल्या आहेत."
"मग हे काय?"
"विकृती सर"
"सुर्वे नारळ मोजा."
"जाधव, मिस्त्रीला बोलवा व नवीन दरवाजे किती लागतात, मोडतोडीच नुकसानीची किंमत काढा. किती झाले नारळ."
"शंभर, सर."
"प्राचार्य, या लॉबीतील मुल ज्यांचे दरवाजे तुटलेत त्यांची नावे काढा."

सर्व कामाला लागले संध्याकाळची सहाची वेळ होती. नावं तयार झाली.

सर्व वॉचमन, शिपाई बोलवा, प्राध्यापक बोलवा, साडेसहापर्यंत सर्व जमले. तोपर्यंत मुलांना काहीही समजेना काय चाललय. नारळचोर तेवढे धास्तावले होते.

"सर्व विद्यार्थ्यांना बाहेर बोलवा."

सर्वांना बाहेर उभे केले. प्राचार्यांनी नांवे वाचली 'या विद्यार्थ्यांनी आताच्या आता वसतिगृह खाली करायचं आहे. आणि येथून पुढे तुम्हाला वसतिगृहात प्रवेश नाही. तुमच्यावर दरवाजे तोडणे, बाथरूमचे दरवाजे मोडणे, नारळ चोरी करणे इत्यादी आरोप ठेवून तुम्हाला आज वसतिगृहातून काढून टाकण्यात येत आहे. त्याचप्रमाणे होस्टेलमधील रस्त्यावरील ट्यूब फोडणे व चोरणे हा ही आरोप तुमच्यावर आहे. चला. प्राध्यापक या खोल्या शिपायांकडून खाली करून घ्या. यांचे सामान गेटच्या बाहेर काढा.'

एका तासात वीस विद्यार्थ्यांना होस्टेलमधून बाहेर काढले. ते रस्त्यावर आले. त्यांच्या ध्यानीमनी नसलेली ही 'ॲक्शन' होती. इतरांवर वचक बसणारी कृती होती.

दया माया नाही. चुकीला शिक्षाच.

"उद्या या मुलांना कॉलेजमधून 'रस्टीकेट' करण्याची कारवाई होईल. तसेच शंभर नारळांचे चोरी प्रकरणी दुसऱ्या वर्षाच्या सर्व विद्यार्थ्यांना प्रत्येकी शंभर रुपये दंड लावण्यात येईल."

सर्व शिक्षा व कारवाया झाल्या. साहेब निघून गेले. मुलं माझ्या व प्राचार्यांच्या सभोवती जमली.

"सर त्यांना माफ करा. चूक झाली त्यांच्याकडून."

"नालायकांनो चूक करायची आणि चूक झाली म्हणून सांगायचे, लाज वाटत नाही तुम्हाला?"

विद्यार्थ्यांची हवा एकदम 'टाईट' झाली. वातावरण गंभीर झालं. वॉचमनने त्या वीस विद्यार्थ्यांना गेटमधून बाजुला जायला सांगितले. सर्वांनी आपलं साहित्य घेऊन जवळच एक विद्यार्थी बाहेर राहात होता, त्यांच्या खोलीवर ठेवले व खोल्या पाहू लागले.

सकाळी सर्व कॉलेज परिसरात चर्चा झाली. दंडाची नोटीस लागली, वीस विद्यार्थ्यांना होस्टेलमधून बाहेर काढण्याची नोटीस लागली.

साहेब सकाळी-सकाळी परत होस्टेलवर गेल्याची बातमी लागली. मी लगेच गेलो. मिस्त्री आले होते. साहेब काम समजाऊन सांगत होते.

"जाधव, हे सर्व तातडीने करून घ्या."

"होय साहेब!"

❖❖❖

दुसऱ्या दिवशी मी सकाळी माझ्या ऑफिसमध्ये आलो तर माझ्या दरवाजावर एक मला घाणेरड्या शिव्या देणारा कागद चिकटवला होता. मी तो हळूवार काढला व प्राचार्यांना दाखवला. प्राचार्य हबकलेच.

"काय नीचपणा आहे हा. कुठल्या थराला हे विद्यार्थी पोहचले आहेत बघा जाधव."

"तुम्हीच बघा. मी वाईट होतो सगळयांचा. तुम्हाला वाटतं मी मजा करतोय. तुम्हाला वाटतं, मी प्रश्नच प्रश्न आणतोय."

"नाही जाधवसर नाही. हे तुमच्यावर नाही हे आम्हाला लिहिलं आहे. आज तुमच्यावर लिहिलं. उद्या आमच्यावर लिहितील. म्हातारी मेल्याचं दुःख नाही, काळ सोकावतोय. याचा छडा लावायचाच."

"नाही सर, ते शक्य नाही. अत्यंत खोटारडे ते विद्यार्थी आहेत. कधीही

कबुल करणार नाहीत.''

''खरं आहे तुमचं, आजचे संस्कारच तसे आहेत.''

प्राचार्य उठले मला म्हणाले.

''चला.''

''कुठे?''

''साहेबांच्याकडे.''

''कशाला सर त्यांना त्रास.''

''नाही जाधव हे असं कधी घडत नव्हतं. परत घडू नये म्हणून.'' आम्ही दोघेही साहेबांच्या केबीनचे दार उघडले.

''या या बसा.''

''साहेब!''

''बोला.''

''हे वाचा.''

प्राचार्यांनी कागद साहेबांच्या हातात दिला. आम्ही साहेबांच्या चेहऱ्याकडे बघत होतो. साहेबांच्या चेहऱ्यावर काही दिसत नव्हते.

''ठीक आहे. वाचले मी. तुमचा काय विचार आहे प्राचार्य?''

''यांना शोधले पाहिजे.''

''शोधा, माझ्या समोर आणा शिक्षा मी देईन.''

''पण साहेब कोण बोलत नाहीत.''

''तेच तर दुःख आहे. गेली कित्येक वर्षे बघतोय, पण आपण ज्यांना होस्टेल बाहेर काढलय त्यांचच काम आहे हे.''

''होय!''

''अक्षर तपासून बघा.''

''बघतो सर.''

''प्राचार्य द्वितीय वर्षाच्या मुलांना हॉलमध्ये जमवा.''

''आता?''

''हो!''

''हो सर''

तासाभरात सर्व मुलं हॉलमध्ये आली. साहेबांना बोलवायला मी आलो. साहेब व मी हॉलमध्ये गेलो.

''तुम्हाला काय म्हणायचं हेच मला कळत नाही. कारण तुम्ही तुमची सगळी

पत, लायकी, आपुलकी घालवून बसलात. तुम्हाला असं वाटत असेल की हे सगळं असं केलं म्हणजे आम्ही जिंकलो. तो तुमचा भ्रम आहे. तुम्ही हारत चाललात. कारण माणुस हारत जातो, अपयशी होतो, तोच असले प्राध्यापकांना घाणेरडं लिहितो. हा तुम्ही या प्राध्यापकांचा अपमान केलात. कारण हे तुमच्या वृत्तीन नेहमी कृती होतात. म्हणून तुमच्यात ती विकृती आली. म्हणूनच तुम्ही ही घाणेरडी कृती केलीत.

पण लक्षात ठेवा. हे तुम्हाला महागात पडेल. ज्यावेळी हे करणारे उघडे पडतील. पण मला वाईट वाटते व दु:ख याचंच होते, की मी हे महाविद्यालय समाजातील शेतकऱ्यांची गरीब मुले शिकावीत व ज्यांना सरकारी कॉलेजमध्ये प्रवेश मिळत नाही, त्यांना मिळावा या हेतूने २००१ साली सुरू केले. आजपर्यंत अनेक मुले पदवी घेऊन बाहेर गेली व ती मुले संपर्कात आहेत, नेहमी येतात. चार वर्षात आपुलकीचे प्रेमाचे व सद्‌भावनेचे नातं निर्माण करून ती मुलं गेलेली आहेत. ती मुले आज ही चांगली म्हणून आठवणीत आहेत. तुम्ही कॉलेजला आलात ते तुमच्या व तुमच्या वडीलांच्या मनात आपण काहीतरी व्हायचे म्हणूनच. त्यासाठी रात्रंदिवस झटून अभ्यास करण्याची गरज आहे. आपण ज्या संस्कारातून आलो आहोत. ते संस्कार जपण्यासाठी प्रयत्न न करता चोर, दरोडेखोर, लूच्च्या लफंग्याचे संस्कार घेऊन येथे नकारात्मक दृष्टीने तोडफोड करणे, चोऱ्या करणे, प्राध्यापकांच्यावर अश्लील लिहिणे व खोंट बोलणे हे उद्योग करता. हे कोठून शिकलात? हे शिकलात ते कायमस्वरूपी तुमच्या अंगात राहिले तर तेच करणार आहात काय? याच्यातून तुमच्या घराण्याची आईवडीलांचीही बदनामी होते. हे कळतं का नाही तुम्हाला? मग हेच करायचे होते तर या महाविद्यालयात यायचं नाही. चोर दरोडेखोरांच्या वस्तीत जायचे. तिथे राहायचे. अर्वाच्य शिवीगाळ उठता बसता करणे, प्राध्यापकांना शिव्या देणे, त्यांच्यावर अश्लील मजकूर लिहिणे, संडास-बाथरूमचे दरवाजे तोडणे, रस्त्यावरचे व लॉबीचे दिवे फोडणे, मेस मधील मुलांना शिव्या देणे, त्यांची छळवणूक करणे, ज्युनिअर मुलांचे 'रॅगिंग' करणे ही विकृती आहे. यातून तुम्हाला राक्षसी समाधान मिळते काय? त्यातून तुम्ही काय मिळवणार? याच्यापुढे जाऊन तुम्ही प्राध्यापक राहातात तिथे जाऊन त्यांच्या गाडीचे आरसे, इंडिकेटर वैगेरे चोरलेत; लाज वाटली त्याच वेळी मला की तुम्ही माझे विद्यार्थी असल्याची. मी अत्यंत दु:खी व अस्वस्थ झालोय. माझी मुलं जी पदवी घेऊन बाहेर पडली त्यांची सगळीकडे वाहवा व शाबासकी, चांगुलपण मला पूर्ण महाराष्ट्रातून ऐकायला मिळत असताना, तुम्ही ही आमचीच मुलं असताना हे जे घडतय ते मला अत्यंत वेदना देणारे आहे. काल मी रात्रभर झोपलो नाही. माझं काय चुकलं? तुम्हाला काय कमी

केलं मी की, तुम्ही असे वागता? तुम्हाला काय कमी आहे? असा मला प्रश्न पडला. उद्या तुमचे काय होणार? तुमचं भविष्य काय? हा प्रश्न येतो. मुलांना आम्ही बोलतो, कठोर शब्द वापरतो. ते तुम्ही आमचे दुश्मन म्हणून नाही, तर तुम्ही माझ्या मुलासारखेच मला आहात. तुम्ही ज्यावेळी चार वर्षांनी कॉलेज सोडून जाता त्यावेळी मी दिवसभर अस्वस्थ असतो. कारण चिमणीसारखे येता, चार दिवसात बरे वाईट अनुभव देऊन आमची मनं तुमच्यात गुंतत असताना तुम्ही जाता. हे दु:ख आम्ही प्रत्येक वर्षी अनुभवतो. बाळांनो आईला रडता येते. बापाला नाही आणि इथे आम्ही तुमच्या पालकांची भूमिका घेतो.

आपण आलात चांगले राहा, चांगले वागा व चांगल्या मार्कांनी पास होऊन उज्वल भवितव्याकडे वाटचाल करा. चांगली मनोवृत्ती, संस्कार व आपुलकीची फळे अत्यंत चांगलीच मिळतील. वाईट काम कोणालाही करता येते. कष्टानं व कित्येक वर्ष राबून बांधलेलं घर एका क्षणात उद्ध्वस्त करता येतं त्याला अक्कल लागत नाही. आयुष्यभर मिळवलेले हातून घडलेल्या एका वाईट कृत्यांमुळे ते धुळीस मिळते तसेच आहे. हे आता जे वागता ते भविष्यात कधीतरी परत डोकं वर काढणार व तुम्ही विध्वंसक कृतीने वागलात आततार्इ पणाने वागलात तर तुमची नोकरी, तुमची शेती, तुमचे करिअर, तुमचा संसार, तुमचं कुटूंब धोक्यात येऊन धुळीस मिळेल. परंतु नंतर पश्चात्ताप होऊन उपयोग नाही, वेळ निघून गेलेली असते.

तेंव्हा आताच या तुमच्या अपप्रवृती, विकृती आणि विध्वंसक कृतींना पायबंद घालून गाडून टाका. जो कोण तुम्हाला हे करायला सांगत असेल त्याला समजवा. नाही तर त्यांच्या पासून दूर व्हा. संगतीनं अनेक मुलांच्या आयुष्यात वाटोळे झाले आहे. आम्ही पोलिसांनाही तुमच्यापासून दूर ठेवण्याचा प्रयत्न करतो. कारण एकदा साधी केस झाली तरी तुमचे 'करिअर' बरबाद होते. पण तुम्ही आम्हाला तेच करायला लावणारच असाल तर मात्र नाईलाज होईल. सावधान व्हावे हेच चांगले.

एखादं वाईट कृत्य करताना फक्त ऐक वेळा, जे आईवडील काबाडकष्ट करून, स्वत:च्या आवडी निवडी बाजूला ठेऊन तुम्हाला पैसे पाठवतात त्यांना डोळयासमोर आणा. आम्ही तुम्हाला खुप बोलतो, वडीलांना कळवतो, अशी धमकी देतो. पण आम्ही कळवत नाही. कारण तुमचे प्रताप त्यांनी वाचले, ऐकले तर जिवंतपणी मरण यातना होतील त्यांना. हे तुम्हाला आता कळणार नाही. तुम्ही ज्यावेळी बाप व्हाल त्यावेळी तुमची मुले तुमच्यासारखी वागायला लागली तर त्यावेळी आमची आठवण येईल. पण त्यावेळी वेळ निघून गेलेली असेल.

आणखी काय तुम्हाला सांगू? हे शेवटचे, नेहमी-नेहमी तुमच्या आयुष्यात

आम्ही शिकवायला सांगायला येणार नाही. हे शेवटचे. मी तुम्हाला तुम्ही काहीही केलंत तरी सांगायला अगर समजावायला येणार नाही. तुम्ही येथून पुढे काहीही करा मी तुम्हाला काहीही विचारणार नाही. फक्त एकच करा. दिवाळीच्या सुट्टीत घरी गेल्यावर आई-वडीलांच्या समोर बसा. त्यांच्या डोळयांत बघा. तुमचं भविष्य दिसेल. त्यांची तुमच्याकडून अपेक्षा दिसेल. त्यावेळी एकच प्रश्न विचारा, ''बाबा! मला जे पैसे पाठवता ते कसे काय करून पाठवता?'' तुमच्या वडिलांचा बांध फुटेल आणि त्यांच्या डोळयातून घळा-घळा अश्रूंची धार वाहू लागेल. त्या धारेने तुम्हीही वाहून जाल. बघा प्रयत्न करून, आयुष्यात हे दिवस परत येणार नाही, ना आम्ही तुमच्या आयुष्यात परतणार.

साहेबांच भाषण विद्यार्थ्यांच्याच काय आमच्या काळजात भिडते. कांही मुलांच्या डोळयातून पाणी वाहू लागलं. साहेब भावनावश झाले व खाली उतरले आणि चालू लागले. त्यांच्या पाठोपाठ आम्ही चाललो. साहेब खुर्चीवर जाऊन बसले. त्यांच्यावर खूप ताण दिसत होता. डोळे लाल झाले होते.

''हा जाधव, तुमचा अपमान नाही हा माझा अपमान केलाय. आजपर्यंत मी विद्यार्थ्यांना आपलं मानलं. पण आजपासून फक्त आणि फक्त 'व्यवहार' बघणार ना प्रेम ना आपुलकी ना होस्टेलला भेट. मुलांना शिकवण बंद. प्राचार्य बघतील काय ते. तुम्ही चला.''

आम्ही बाहेर पडलो. मी ही अस्वस्थ झालो होतो माझ्या पेक्षा साहेबांनी मनाला लावून घेतलं होतं. सुरवातीला प्रथम त्यांनी कागद वाचला. त्यांनी काहीही भाव चेहऱ्यावर दाखवले नव्हते, पण ते आतून पेटले होते. अत्यंत दुःख त्यांना झालं होतं. जाताना त्यांनी प्राचार्यांना सांगितलं.

''ही मुलं माझ्या समोर येता कामा नयेत, याची त्यांना जाणीव द्या.''

❖❖❖

आठ दिवस गेले असतील. मी जिथं राहत होतो, तिथे बाहेर माझी गाडी असायची रात्री तीचे आरशे चोरले गाडीचे नुकसान केले हे त्यावेळी साहेबांच्या कार्यकर्त्यांना कळले. त्यावेळी फाट्यावरील पाच पंचवीस लोक या मुलांच्या खोलीत घुसले. खुप मारले असते पण त्यामध्ये एक चांगला कार्यकर्ता होता. त्यांने त्यांना आवरले आणि यांना सांगितले, 'केवळ साहेबांच्या कॉलेजला आहात म्हणून सुटलात नाहीतर हाडंसुध्दा दिसणार नाहीत.'

दिवसामागून दिवस जात होते. अनेक चांगले वाईट प्रसंग अनुभवाला आले. माझी मुलंही मोठी झाली. बाहेर शिकायला होती. साहेबही वयस्क झाले, पहिल्यासारखे

त्यांना जमत नव्हते. या मधल्या काळात मी घरही बांधले, माझे वडीलही आता म्हातारे झाले होते.

❖❖❖

मी खूप मेहनत घेतली साहेबांच्यासाठी कारण त्यांचा माझ्यावर विश्वास होता म्हणून, आज पाचशे विद्यार्थ्यांचे होस्टेल उभं केलं. मलाही शिकायला मिळालं, मी माझ भाग्यच समजतो की अशा माणसाच्या हाताखाली, सान्निध्यात व सहवासात माझ अर्धे आयुष्य गेलं. काय काय शिकायचं! भरपूर काही शिकायला मिळालं.

❖❖❖

काळ कुणासाठी थांबत नाही. निसर्ग आपलं काम करत असतो. प्रशासनाच्या नियमाप्रमाणे मी निवृत्त होणार होतो. साहेबांची माझ्यावरची मर्जी सर्वांना माहीत होती. सर्वांना वाटायचं साहेब तुम्हाला सोडणार नाहीत. पण काळानं डाव साधला. साहेबांच्यावर काळानं झडप घातली. सारा जिल्हा शोकाकुल झाला. आमच्यावर तर दुःखाचा डोंगर कोसळला. एक असामान्य, कर्तृत्ववान प्रशासक, साहित्यिक, खेळाडू, शासक व पालक आमच्यातून एकाकी गेला. त्याचा धक्का आम्हाला सहन झाला नाही. कॉलेजमध्ये जावे असे वाटेना, साहेबांच्या केबीनपर्यंत सवयीप्रमाणे जायचो, मागे फिरायचे. डोळयांतील धारा प्रयत्न करूनही थांबत नव्हत्या. अनेक स्मृती आपोआप जागृत होत होत्या. साहेबांच्या फोटोचा हार बघून मनाची घालमेल व्हायची. मला म्हणायचे ''जाधव, एकच आपला कायम पाठीराखा असतो तो म्हणजे मृत्यू'' येवढं वास्तव त्यांना माहीत होत.

गी निवृत्त झालो. कॉलेजचा शेवटचा निरोप घेण्यासाठी; साहेबांच्या चेंबरमध्ये गेलो. गुडघे टेकून खुर्चीला नमस्कार केला. घळाघळा अश्रूंच्या धारा वाहात होत्या. 'उठा जाधव रडू नका मी तुमच्याबरोबर आहे' साहेबांचा आवाज कानावर पडला. मी उठलो आजूबाजूला पाहिले, समोर साहेबांच्या फोटोला हार घातला होता. मी बाहेर पडलो व भरभर चालत गेटवर आलो. मागे वळलो आणि येताना नतमस्तक झालो होतो, आता जाते वेळीही गुडघे टेकून डोक भूमीवर टेकवलं. उठलो वर पाहिलं साहेबांच्या नावाची पाटी होती. परत एक वार साहेबांच्या ऑफिसकडे टक लावून पहात होतो. साहेब मला हात वर करून निरोप देत आहेत असा भास होत होता, आणि दोन डोळे कर्मभूमीला अश्रूंनी न्हाऊ घालत होते.

❖❖❖

परिचय

डॉ. तानाजीराव चोरगे हे एम्. एस्सी. (कृषी), पीएच्.डी. आहेत. स्वत: शेतकरी असून आंबा, नारळ, काजू, फणस या फळपिकांच्या बागा आहेत. भातशेती मोठ्या प्रमाणात करतात. महाराष्ट्र शासनाचा कृषिभूषण पुरस्कारही त्यांना प्राप्त झाला आहे. लेखनाची आवड आहे. त्यांचे खालीलप्रमाणे साहित्य आजपर्यंत प्रसिद्ध झाले आहे.

कादंबरी - रेश्मा, अखेर मी हरले, गँग्रीन, बूमरँग, पुत्र झाला वैरी, वंशवेल, मॅडम सभापती, सूड, उद्ध्वस्त संध्याकाळ.

कथासंग्रह - अंत, ओ. के. सर, पंचनामा.

नाटके - शिकार एका पारध्याची, उधळलेला सारीपाट, चेअरमन मंत्री होतो, स्त्री जन्मा तुझी कहाणी

एकांकिका - रिझल्ट

कृषिविषय - शेळीपालन, संकरित गाय, कृषी पदवीधर व शेतकऱ्यांचा मार्गदर्शक, शेतीपूरक उद्योग.

पुरस्कार -

कोकण मराठी साहित्य परिषद - कुसुमताई अभ्यंकर साहित्य पुरस्कार.

महाराष्ट्र साहित्य परिषद पुणे (कोकण विभाग) - कोंकण साहित्यरत्न पुरस्कार.

महाराष्ट्र राज्य साहित्य आणि संस्कृती मंडळ (महाराष्ट्र शासन) - वसंतराव नाईक वाङ्मय पुरस्कार.

www.ingramcontent.com/pod-product-compliance
Lightning Source LLC
LaVergne TN
LVHW060452051026
849518LV00002B/741
* 9 7 8 9 3 5 1 1 7 1 1 7 1 *